D1772186

அரியநாச்சி

வேல ராமமூர்த்தி

டிஸ்கவரி பப்ளிகேஷன்ஸ்
எண்: 9, பிளாட் எண்: 1080A, ரோஹிணி பிளாட்ஸ்
முனுசாமி சாலை, கே.கே.நகர் மேற்கு,
சென்னை - 600 078. பேச: 99404 46650

வெளியீட்டு எண்: 0092

அரியநாச்சி (நாவல்)

ஆசிரியர்: **வேல ராமமூர்த்தி**©

ARIYANACHI (Novel)

Author: **Vela Ramamoorthi**©

Edition: 1st-2019, 3rd Jan-2023, 4th Nov-2024

ISBN: 978-93-86555-82-3

Printed in India.

Pages: 144

Rs. 170

Publisher • Sales Rights

Discovery Publications
No. 9, Plot,1080A, Rohini Flats,
Munusamy Salai,
K.K.Nagar West,
Chennai - 600 078.
Mobile: +91 99404 46650

Discovery Book Palace (P) Ltd
No. 1055B, Munusamy Salai,
K.K.Nagar West,
Chennai-600 078.
Ph: (044) 4855 7525
Mobile: +91 87545 07070

discoverybookpalace@gmail.com
WWW.DISCOVERYBOOKPALACE.COM

இந்த நூலில் பிரசுரமாகியுள்ள எந்த ஒரு பகுதியையும் பதிப்பாளரின் எழுத்துபூர்வமான முன்அனுமதி பெறாமல் எடுத்தாள்வதோ, மறுபிரசுரம் செய்வதோ, மொழியாக்கம் செய்வதோ, அச்சு மற்றும் மின்னணு ஊடகங்களில் மறுபதிப்புச் செய்வதோ, காப்புரிமைச் சட்டப்படி தடை செய்யப்பட்டுள்ளது. இந்த நூலிலிருந்து குறிப்பிட்ட பகுதிகளை மேற்கோள்காட்டி புத்தக விமர்சனம் செய்ய, ஊடகங்களுக்கு மட்டும் அனுமதி உண்டு.

உங்கள் மொபைல் போனிலிருந்து ஸ்கேன் செய்து ‘டிஸ்கவரி புக் பேலஸ்’ மொபைல் ஆப்பை டவுன்லோடு செய்து, புத்தகங்களை வாங்குங்கள்.

சமர்ப்பணம்

எனது பேரன்கள்
ஆராவமுதன்
ப்ரணவ் வெங்கட்

முன்னுரை

சாந்தி... சாந்தி...

கோபம், குலத்தை அழித்த கதை 'அரியநாச்சி'.

அரியநாச்சி, ஆப்பநாட்டு பெண் தெய்வம்.

இவளின் தொப்புள்கொடி பெருக்கம், நானூத்தி சொச்சம் திசைகளில் வேர்பாய்ச்சி படர்ந்து கிடக்கிறது.

அங்கமெங்கும் இருட்டுச் சாம்பலை குழைத்துப் பூசி, மண்ணுக்குள் புதைந்திருப்பவளின் மௌனப் பெருமூச்சில் பொங்கிப் பிரவகிக்கிறது சுடுரத்தம்.

நான் ரத்தம்பற்றியே எழுதுகிறேன் என்பார்கள்.

ஆம்.

என் கதைகளில் எழுத்துகளாக வழிவது அரியநாச்சியின் ரத்தமே.

கட்டிக்கொடுத்த இடத்தில் கால் பவுன் தங்கத் தகராறு. அடைபடாத பேச்சுவார்த்தையை அறுத்துக் கொண்டுபோன மறுநாள், பஞ்சாயத்து யூனியன் படிக்கட்டுகளில் உருளுகிறது ஒரு தலை. பிணக் கொட்டகைக்கு வந்து துக்கம் விசாரித்துவிட்டு ஊர் திரும்புகிறது. உறவுக்காரக் கூட்டம் இருட்டுக் காட்டுக்குள் நடந்துபோகும் நிராயுதபாணிகளை, ஆயுதங்கள்வழி மறிக்கின்றன. ஓட ஓட விரட்டி வெட்டுப்பட்டுச் செத்த கூட்டத்துக்குள், ஒரு குழந்தையையும் சேர்த்து உருண்ட தலைகள் ஒன்பது.

கால் பவுன் தங்கம்கேட்ட காவு... பத்துத் தலைகள்.

உங்கள் ஊர் பஜாரில்... பஸ் நிலையங்களில்... வெள்ளையும் ஜொள்ளையுமாய் திரிபவர்கள் கக்கத்தில் இடுக்கிக் கொண்டுபோகும் லெதர் பேக்குகளில், கட்டுப் பணமோ, சொத்துப் பத்திரமோ... இருக்கும்.

எங்களூர் வெள்ளைத்துரைகளின் கம்புக்கூட்டுப் பைகளுக்குள் கண் இமைக்காமல் சயனித்திருப்பவை சூரிக் கத்திகள்; கொடுக்கரிவாள்கள். ஓடைக் காடுகளிலும் ஊரணி, கண்மாய்க்கரைகளிலும் பஸ்ஸுக்குள்ளும் பஜாரிலும் வெட்டி, அறுத்துத் தின்று தீர்த்த இரைநாற்றம், கோர்ட் வாசல்களில் பட்டொளி வீசி மணக்கும்.

முக்காத்துட்டுப் பெறாத காரியத்துக்கெல்லாம், மூணு கொலை. கோவிலுக்கு கிடாய்வெட்டு நேர்த்திக்கடன்போல்.

'ஜெயிலை கட்டினது யாருக்கு? நமக்குத் தானே!'...ன்னு, பள்ளிக்கூடம் போகவேண்டிய பயலுக்கு பாடம் எடுத்தால்... பாளையங்கோட்டை ஜெயிலும் மதுரை ஜெயிலும் நெறஞ்சுதானே வழியும்?

இது, என் மண். இவர்கள்தான் என் மனிதர்கள். இந்த மண்பற்றி மட்டுமே எழுதுகிறேன். இந்த மனிதர்களைப் பற்றி மட்டுமே எழுதுகிறேன்.

நான் ராணுவத்தில் இருந்தபோது தேசம் சுற்றியவன். எழுத, நடிக்க வந்த பின்னால்... உலகம் சுற்றியவன். பார்த்தவற்றை எல்லாம் எழுத நினைப்பவன் அல்ல. வாழ்ந்த வாழ்க்கையை மட்டுமே எழுதுகிறேன். மனுசத்தனத்துக்கும் மிருகத்தனத்துக்கும் இடைப்பட்ட மூர்க்கத்தனத்தை பதிவு செய்கிறேன்.

பெருங்கோபத்தின் விளைச்சலே என் எழுத்துகள்.

என்கதை மாந்தர்கள் எவரும் இன்று உயிருடன் இல்லை.

அவர்கள் ஜாதி, இன பேதம் பாராமல் நட்பைச் சுமந்தவர்கள். களத்தில் பொருதி, தலை கொடுத்தும் பகை முடித்து வீரம் போற்றியவர்கள். கோடி வரினும் புறஞ்சொல்ல மறுத்தவர்கள். ஊர்ச் சொத்துகளை காத்துக் கொடுத்தவர்கள். அறுத்து முடிய, பெண்களுக்கு உரிமை தந்தவர்கள்.

அந்த வெள்ளந்தி மனிதர்களை, என் அரியநாச்சி இங்கே இனம் காட்டுகிறாள்! வெள்ளையத் தேவனாக, வள்ளி அத்தையாக, சக்கரைத் தேவனாக, மாயழகியாக.

'காமதேனு' வார இதழில் இருபது வாரங்கள் தொடர்ந்து வந்தவள் அரியநாச்சி. தொடராக வெளிவரத் துணைநின்ற 'இந்து தமிழ்' குழும ஆசிரியர் அருமை நண்பர் கே.அசோகன் அவர்களுக்கும், காமதேனு ஆசிரியர் குள.சண்முகசுந்தரம் மற்றும் மானா பாஸ்கரன் அவர்களுக்கும், ஓவியர் சண்முகவேலு அவர்களுக்கும் நெஞ்சம் நிறைந்த நன்றி.

இந்தப் புத்தகத்தை சிறப்பாக வெளியிடும் அன்பு நண்பர் 'டிஸ்கவரி பப்ளிகேஷன்ஸ்' மு.வேடியப்பன் அவர்களுக்கு மனங்கனிந்த நன்றி.

மதுரை,
01.01.2019
irulappasamy21@gmail.com
96770 28003

பேரன்புடன்
வேல ராமமூர்த்தி

1

ஜென்ம கைதி

வெயில்... தெருவெல்லாம் அனலாய் இழையுது.

ஜெயிலுக்கு வெளியேதான் வெயிலு. வாசல் தாண்டியதும் புளிய மரம், புங்கை மரம், கல்வாகை, வேப்பந்தோப்பு. பொட்டு வெயில் இறங்காத நிழல், சனங்களை 'குளு குளு'ன்னு சிலுக்காட்டுது.

ஜெயில் வாசலில், தெற்கத்திச் சனம் திருவிழா கூட்டம் போல் கூடிக் கெடக்குது.

வெட்டு, குத்து, கொலைக் கேஸுலெ சிக்கி, ஜெயிலுக்குள்ளே இருக்கிற அப்பனை, மகனை, புருசனை, அண்ணன் தம்பியை, மாமன் மச்சானை மனுப்போட்டு பார்க்க வந்த கூட்டம். பொம்பளைக் கூட்டம், சரிக்குச் சமமா கலந்து நிக்குது. வாக்கப்பட்ட கொடுமைக்கு, புருசன்மாரை வந்து பார்க்கணுமில்லெ?

அறுத்துப் போட்ட ஆட்டு ரத்தம், தரையிலே உறைஞ்சு கெடக்குற மாதிரி, எல்லா மூஞ்சியிலும் இறுக்கம்... கவலை! எந்த மூஞ்சியிலும் சந்தோசத்தைக் காணோம்.

மரத்தடியிலே மொச்சைப் பயறு விக்கிற கிழவிக்கு, அவிச்ச பயறை அளந்து கொடுத்து முடியலெ. ஐஸ் வண்டிக்காரன் வியாபாரம் அனல் பறக்குது.

வேப்ப மரத்தடியிலே பண்டல் பண்டலா... பீடிக்கட்டு, சிகரெட் பாக்கெட்டு. ஜெயிலுக்குள்ளே பீடி, சிகரெட்டுக்குதான் பெரும் பஞ்சம். குடிச்சுட்டு தூக்கிப் போடுற துண்டுப் பீடிக்கு... குத்து வெட்டே நடக்கும்.

மனுப் போட்டு பார்க்க வந்த யாரு கையிலேயும் தின்பண்டத்தை காணோம். பீடி பண்டல்தான். அதை உள்ளே தள்ளிவிட போலீஸுக்கு அழுகணும். காசை கொடுத்தால் கஞ்சாவையே உள்ளே கடத்தலாம்.

கீகாட்டுக் கிழவிகளின் சத்தம்தான் பெருசா கேக்குது.

“ஏப்பா... திருமலை... மனுவை சீக்கிரம் எழுதிக் குடு”.

“கதவு தெறக்குற நேரமாச்சு. உள்ளே இருந்து பிள்ளைக வந்துரும்லே?”

மரத்தடி எல்லாம் மனு எழுதுறவன்ங்க உட்கார்ந்திருந்தாலும் திருமலையை சுத்தி தான் பெருங்கூட்டம். திருமலை கொஞ்சம் நீக்கு போக்கான ஆளு. புருசன் பிள்ளைகளை மனுப்போட்டு பார்க்க வருகிற சனங்ககிட்டே ஆறுதலா நாலு வார்த்தை பேசுவான். கொடுக்கிற காசை வாங்கிக்கிருவான். கடன் சொல்ற ஆத்தாமாரும் உண்டு.

“அடுத்தவாட்டி ஜெயிலுக்கு வர்றபோது குடுக்கிறேன் திருமலை...”

“ஏன் தாயீ! இதென்ன கோயிலா... குளமா... நேத்திக்கடன் வச்சு... திரும்ப திரும்ப வர்றதுக்கு? ஜெயிலு தாயீ! இங்கே ஏன் திரும்ப வர்றே? என் காசே வேணாம். போ... வராதே...” என்பான்.

தோள் உரசத் தொங்கும் தண்டட்டிக் காதுக்கார வருசநாட்டு கிழவிக்கு ஜெயில் பழக்கம் ஜாஸ்தி. அவள் வயசுக்கு அஞ்சாறு கொலைக் கைதிகளை பெத்துக்கொடுத்தவள். திருமலையின் அப்பனுக்கே, கிழவி, ஜெயில் வாடிக்கை. வாரத்திலே நாலு நாளு ஜெயில் வாசலை மிதிக்கலேன்னா... கிழவிக்கு அன்னம், தண்ணி சேராது.

புங்கை மரத்தூரில் முதுகு சாய்த்து, சாவகாசமாய் கால் நீட்டி அமர்ந்திருந்தாள் கிழவி. வெத்தலை மெல்லுகிற வாய், பேச்சுத்துணை தேடி, 'ணமணம'ங்குது. இடது கைவாக்கில் குத்த வைத்திருக்கும் சின்னூர்க்காரியிடம், "நீ யாரை பாக்க வந்தே?" என, வலிய பேச்சுக் கொடுத்தாள்.

"என் மகனை"

"என்ன கேஸு? கொலைக் கேஸா?"

சின்னூர்க்காரி முகம் சுழித்தாள். "அட நீ என்ன தாயீ! என் மகன் கல்யாணம் காச்சி காங்காத பச்சைப்பய. நீயே கூண்டிலே ஏறி சாக்கி சொல்லி... அவனை கொலைக்கேஸுலெ உள்ளே தள்ளிருவே போல்ருக்கே!" கால் சேலையைச் சுருட்டி, ஒடுங்கி உட்கார்ந்தாள்.

"வேறென்ன கேஸு?" வெத்தலை வாய் நிறைய கேட்டாள் வருசநாட்டுக்காரி.

"கவுல்ப்பட்டி ஆட்டுக் கிடையிலே ஒரு குட்டியை தூக்கியாந்து, உரிச்சு உப்பை தடவி தின்னுபிட்டான். குட்டியும்... அப்பிடி ஒன்னும் பெரிய குட்டி இல்லை. ஏழு, எட்டுக் கிலோ கூடப் பெறாத பொடிக் குட்டி. இது ஒரு குத்தமாத்தா? இளந்தாரிப் பயலை பிடிச்சுக் கொண்டுவந்து, மூணுமாசம் உள்ளே தள்ளி, ஜெயிலுக்களி திங்க வச்சுட்டான்ங்க! காலக் கொடுமை!" என்றவள், "அது சரி... நீ யாரை பாக்க வந்திருக்கே?" வருசநாட்டுக்காரியை நெருக்கி அமர்ந்தாள் சின்னூர்க்காரி.

கிழவி நிதானமாக ஆரம்பித்தாள்.

"என் பேரன். கொலைக் கேஸு! ரெட்டைக் கொலை! நமக்கு எதிரா எவனும் சாக்கி சொல்ல மாட்டான்ங்கிற குருட்டுத் தைரியத்திலே... பட்டப்பகல்லே... விளாத்திகுளம் கடைத் தெருவிலே வச்சு பண்ணிப்பிட்டான்."

அவிழ்ந்த மயிரை அள்ளி முடிந்துகொண்டே, "கடைத் தெருவிலே செருப்பு தச்சுக்கிட்டு இருந்த ஒருத்தன், தைரியமா கூண்டுலே ஏறி சாக்கி சொல்ல... இவனுக்கு ஜென்மம் சொல்லிட்டான்ங்க! நல்ல காலத்துக்கு... தூக்கு சொல்லலே", வலது கைவாக்கில் வெத்தலை எச்சிலை 'புளிச்' என துப்பினாள்.

“அப்படியே சொன்னாலும் கழுதை போய்ச் சேர வேண்டியதுதான். போறதும் வர்றதும் நம்ம கையிலேயா இருக்கு? இவனுக்கும் கல்யாணம் ஆகலே. அங்கே... என் பேத்தி, இவனுக்காக காத்துக் கெடக்கா. இன்னும் எட்டு வருசம் கழிச்சு ஜெயிலை விட்டு வெளியே வரவும்...” பேசி முடிக்கும் முன், எதிரே கடந்து போனவனை பார்த்து, “ஏலேய்... பரமா... நீ என்ன இங்கே வந்தவன்?” என்றாள்.

கையில் பீடி பண்டலோடு போன பரமன் திரும்பி, “என் பொண்டாட்டி கூடப் பெறந்த மச்சினன் உள்ளே இருக்கான்.” என்றான்.

“என்ன பண்ணிட்டு வந்தான்?”

“அது ஒரு கஞ்சா குடிக்கி நாயி! பஸ்ஸுலெ டிக்கட்டு காசு கேட்ட கண்டக்டரை கத்திட்டெ குத்தி இருக்கான்!”

“பெருங்குடிக்காரன்ங்களும் கத்தியை தூக்க ஆரம்பிச்சிட்டீகளாக்கும்!”

“ஏன்? எங்க கத்தி எறங்காதாக்கும்? வருசநாட்டுக் கத்திதான் எறங்குமோ?”

“ஏலேய்... கஞ்சாவை குடிச்சுட்டு கண்டக்டரையும் டிரைவரையும் குத்துறது ஒரு காரியமாக்கும்டா? பட்டப் பகல்லே... பஜார்லே வச்சு போட்டான்லே... என் பேரன்? அப்பிடி நாலு பேரை போடு... நீ சரியான ஆம்பளை. அதை விட்டுட்டு பேச... வந்துட்டான் பேச... பீத்தப் பய!” வாய்க்குள் இருந்த மிச்ச எச்சிலை உதடு கூட்டி துப்பினாள்.

பரமனுக்கு ‘சுரீர்’ என்றது. “ஏய் கெழவி! இப்போ எழுதி வச்சுக்கோ... ஊருக்குப் போனதும், நானே நாலு பேரை போடுறேன். இந்தாரு... பெருங்குடிக்காரன் ஒன்னும் தொத்தப்பய இல்லை. சோத்திலே சுண்ணாம்பை போட்டுத் திங்கிறவன்ங்க.” கொடிவால் தூக்கினான்.

பரமனை பார்த்து மனு எழுதும் திருமலை கத்தினான். “ஏய்... பரமா... கொஞ்சம் வெலகிக்கோ. பிள்ளத்தாச்சி புள்ள வருது.”

புங்கை மரத்துச் சனமெல்லாம் திரும்பியது.

நிறைசூழி அரியநாச்சியை கைத் தாங்கலாய் நகர்த்திக்கொண்டு வந்தாள் பூவாயி கிழவி. அரியநாச்சியின் உடம்பு நனைய வியர்வை. அரைக் கண் செருக, தரை தேய்த்து நடந்துவந்தவள், அடி வயிறை வலது கையால் அணைத்திருந்தாள்.

"யாரு... இந்தப் பிள்ளை!" எல்லாச் சனமும் அகல கண் விரித்தது.

"வா தாயீ வா... இந்த மரத்திலெ சாஞ்சுக்கோ..." கால் மடக்கி நகர்ந்து, மரத்தூரை கை காட்டினாள் வருசநாட்டுக்காரி.

சின்னூர்க்காரி, பூவாயி கிழவியுடன் சேர்ந்து அரியநாச்சியை தாங்கி பிடித்து உட்காரவைத்தாள்.

அரியநாச்சிக்கு நா வறண்டு, மதி கிரங்கியது.

எழுத்து வேலையை அப்படியே போட்டுவிட்டு திருமலை எழுந்து ஓடி வந்தான். "நீ யாரு தாயி? யாரை பார்க்க மனு போடணும்?" என்றான்.

பூவாயி கிழவி முந்திக்கொண்டு, "எங்கண்ணன்... வெள்ளையத்தேவன். செம்மக் கைதி. இது... அவரு மக... அரியநாச்சி. என் பேரு பூவாயி... எழுதிக்கோ" என்றாள்.

"அந்த அய்யா மகளா இது!" அரியநாச்சியை பார்த்து இளகிய திருமலை, "ஜெயிலு மணி அடிக்கிற நேரமாச்சு. இங்ஙனயே இருங்க. நான் மனு எழுதி போட்டுட்டு வர்றேன்." என நகர்ந்தான்.

அரியநாச்சிக்கு அணைவாய் அமர்ந்த வருசநாட்டுக்காரி, "ஏந்தாயீ... நெறை சூழி நீயி! இந்த வேகாத வெயில்லே இப்பிடி வரலாமா?" தன் சேலை முந்தானையால் அரியநாச்சியின் முகம் துடைத்துவிட்டாள். "கலர் வாங்கியாரச் சொல்றேன். குடிக்கிறியாத்தா?"

"வேணாம்."

பூவாயி கிழவியிடம், "எந்தூர் நீங்க?" என்றாள்.

"கெழக்கே... பெருநாழி. எங்கண்ணன் வெள்ளையத்தேவன்... தர்மவான்! விதி கொண்டுவந்து இப்பிடி விழுத்தாட்டிருச்சு!"

“அம்புட்டு தூரத்திலே இருந்தா வர்றீக!” வலதுகை மலர்த்தி வாய் பிளந்தாள்.

“என்ன செய்ய? இது, தாயில்லாப் பிள்ளை. தகப்பன்... ஜென்மக் கைதி. இப்பவோ.. பிறகோன்னு... வயித்துக்குள்ளே பிள்ளை முண்டிக்கிட்டு நிக்குது. பெத்த அப்பன்கிட்டே ஒரு உத்தரவு வாங்கணும். வேகாத வெயிலுலெ காரேறி வந்தோம்.”

பார்வையாளர் பகுதி வாசற் கதவுகளை ஒரு காவலர் அகல திறந்தார். ‘கண கண’வென, ஜெயில் மணி ஒலித்தது.

சூறாவளி சுழற்றிய சருகுகளாய்... மரத்தடிக் கூட்டங்கள் வாரிச் சுருட்டி வாசலை நோக்கி ஓடின. புங்கை மரத்தடியில், வருசநாட்டுக்காரியை காணோம்... சின்னூர்க்காரியை காணோம்... பரமனைக் காணோம். திருமலையை தவிர யாரையும் காணோம்.

“தாயீ... கேட் தெறந்துட்டாங்க. உங்க மனு உள்ளே போயிருச்சு. அய்யா வந்துருவாரு. மெல்ல எந்திருச்சு போங்கத்தா...”

தூக்கிவிட உதவிக்கு நீண்ட திருமலையின் கையை தவிர்த்து, இடது கையூன்றி எழுந்தாள் அரியநாச்சி. பூவாயி கிழவியின் தோள்பற்றி மெல்ல நடந்தாள்.

ஆண், பெண் பேதமில்லாமல் கூட்டம் ஒன்னோடு ஒன்னு இடிச்சு தள்ளுது.

பார்வையாளர் பகுதியை நோக்கி நடந்துபோகும் அரியநாச்சியையும் பூவாயி கிழவியையும் கண் கலங்க பார்த்துக்கொண்டே நின்றான் திருமலை.

‘இந்தக் கூட்டத்துக்குள்ளே இடிச்சு நெறிச்சுப் போயி, அந்த அய்யாவை, இந்த பிள்ளைத்தாச்சியாலே பார்க்க முடியுமா?’

●

2

வெள்ளையத்தேவன்

"ஆத்தாடீ... நெறிச்சுத் தள்றான்ங்களே... பேதியிலே போயிருவான்ங்க!"

முன்னும் பின்னும் நெறிக்கும் கூட்டத்துக்குள் சிக்கிய பூவாயி கிழவி, வாய்விட்டுக் கத்தினாள். "அட நாசமாப் போறவனே... காலை மிதிச்சு நகட்டிட்டியேடா!" இரண்டு உள்ளங்கைகளையும் அகலவிரித்து, தனக்கு முன்னே நின்ற இளவட்டத்தின் முதுகில் ஓங்கி அறைந்தாள்.

அடிபட்ட இளவட்டம், 'விருட்'டென திரும்பினான். "ஏய்... கிழவி... இம்புட்டு வயசாகியும் உனக்கு, அந்த ஆப்பநாட்டு ஆங்காரம் குறையலையே!"

"ஏப்பே... நீ என் பேரன் மாதிரிப்பே! கோவிச்சுக்கிறாதய்யா..." இளவட்டத்தின் தாடையை நீவி நயந்தாள் கிழவி.

பார்வையாளர் பகுதி இடுப்பு உயரச் சுவருக்கு மேலே கம்பி வலை. முன்னே இரண்டு அடி இடைவெளி. எதிர் பக்கமும் இடுப்பு உயரச் சுவர். சுவருக்கு மேலே கம்பி வலை. ரெண்டு சுவருக்கும் ஊடே, ரெண்டு ஜெயில்போலீஸு. கையிலெ லத்திக் கம்பு.

முந்திப் போய் இடம் பிடித்து நிற்கிற இளவட்டங்கள் எல்லாம், கம்பி வலையில் விரல் கோர்த்து நின்றார்கள். உள்ளே இருக்கிற சொந்த பந்தங்களை பார்க்கப் போகிற சந்தோசத்தில் சில இளவட்டங்கள், உதடு குவித்து விசில் அடித்துக் கொண்டிருந்தார்கள்.

“ஏய்... விசில் அடிக்காதே” லத்திப் போலீஸுகள் கம்பி வலையில் தட்டி அதட்டினாலும் விசில் நிற்கலே. பிந்தி நிற்கிற சனம், கிடைத்த இடைவெளியில் முண்டுது.

நிறைசூழி அரியநாச்சி, கூட்டத்தில் இடிபட பயந்து, நுழைவாயில் தூண் அணைவில், அடிவயிறை தாங்கிப் பிடித்தபடி தனியே நின்றாள்.

ஆட்களுக்குள் நெறிபடும் பூவாயி கிழவி, “அரியநாச்சி... நீ அங்கனயே நில்லு”, திரும்பி திரும்பி அரியநாச்சியை பார்த்துக் கொண்டாள்.

உள் பக்க சிறைக்கதவு திறந்ததும் உள்ளே இருந்து ஒவ்வொரு கைதியாய் வந்தார்கள். பார்வையாளர் பகுதியில் ஒரே சத்தம்... அழுகை... கூப்பாடு.

“எய்யா !”

“ஊர்லெ ஒன்னும் சண்டை சத்தம் இல்லையே?”

“என்னய்யா இப்பிடி கெரங்கி போய்ட்டீக!”

“ஊர்ப் பக்கம் மழை தண்ணி பேஞ்சுச்சா?”

“அடுத்த வாய்தாவிலே பெயில் கெடச்சிரும்’னு வக்கீல் சொன்னாருப்பா”

யார் பேச்சும் யார் காதிலேயும் விழுகலெ. பீடி பண்டல்களும் தின்பண்டங்களும் போலீஸுகள்மூலம் கை மாறுது.

பூவாயி கிழவி, பெருவிரல் நுனியில் நின்று, கைதிகளுக்குள் வெள்ளையத்தேவனை தேடுகிறாள்.

அரியநாச்சியின் கண்கள், “எங்க அய்யாவை காணோமே!” அங்கிருந்தே அலைபாய்கின்றன.

“சைலன்ஸ்... சைலன்ஸ்...” போலீஸுகள், லத்திக் கம்பால், கம்பி வலையில் கோடுபோடும் சப்தம் ஒரு தினுசாய் கேட்கிறது.

கடைசி கைதியாய் உள்வாசல்வழியே நுழையும் வெள்ளையத்தேவனைக் கண்டதும் பூவாயி கிழவி, “அண்ணேன்... வெள்ளையண்ணேன்...” கத்தினாள்.

“எய்யா!” அடி வயிறு வலி எடுக்க கூவுகிறாள் அரியநாச்சி.

எல்லா கைதிகளையும் மிஞ்சிய உயரத்தோடு வந்து நிற்கும் வெள்ளையத்தேவனுக்கு அரியநாச்சி சத்தமும் கேக்கலெ. பூவாயி சத்தமும் கேக்கலெ.

அறுபது வயது கடந்த நரைத்த தலை. சுருள் முடி. விரல் கனத்தில் புருவம். மழிக்காத முகத்தில் தானே சுருண்டுகிடக்கும் வெள்ளை மீசை. குலம் கெடுத்த கோபத்தால் தோற்றுத் தொங்கும் பார்வை.

“எண்ணேன்... வெள்ளையண்ணேன்...”

“பூவாயீ! என்னத்தா... நல்லா இருக்கியாத்தா?”

“நான் கெடக்கென் பூமிக்கு பாரமா! நீங்க நல்லா இருக்கீகளாண்ணேன்?” பொத்துக்கொண்டு வரும் அழுகையினூடே, “அந்தா! அரியநாச்சிப் பிள்ள வந்திருக்குண்ணேன்...” தூண் பக்கம் கை காட்டினாள்.

“எய்யா! உங்களை இந்தக் கோலத்திலேயா நாங்க பாக்கணும்!” ரெண்டு கையாலும் முகத்தை மூடிக்கொண்டு, வயிறு வலிக்க அழுதாள்.

“ஆப்பநாட்டுக்கே ஞாயம் சொன்ன நீதிமான்... எங்கண்ணனுக்கு, இந்த லவியா போடணும்!” பெருங்குரலெடுத்து அழுதாள் பூவாயி.

“அரியநாச்சி... எம்மா! நல்லா இருக்கியாத்தா?” வெள்ளையத்தேவனின் தொண்டை அடைத்தது. “வயித்துபிள்ளக்காரப் பிள்ள... நீ எதுக்குத்தா இம்புட்டுத் தூரம் வந்தே!” வெள்ளையத்தேவன் பேசுறது, அரியநாச்சி காதிலே கேக்கலெ. ‘ஹூ ஹூ’ன்னு ஒரே சத்தம்.

“சைலன்ஸ்... சைலன்ஸ்... மெதுவா பேசுங்க” ஊடே நிற்கும் போலீஸுகளை யாரும் மதிக்கிறமாதிரி தெரியலெ.

“அரியநாச்சி... சொல்லுத்தா... தங்கச்சி மாயழகி புள்ள எப்பிடித்தா இருக்கு?” வெள்ளையத்தேவனின் கண்கள் கலங்கின.

“எய்யா... நம்ம மாயழகிக்கு”

“சொல்லுத்தா... நம்ம மாயழகிக்கு?”

“சைலன்ஸ்... சைலன்ஸ்... பேசிட்டு கௌம்புங்க”

“சொல்லுத்தா... நீ பேசுறது ஒன்னும் கேக்குதில்லையே!” என்ற வெள்ளையத்தேவன், சிறைக் காவலரிடம், “வார்டரே... வார்டரே... அந்தா... என் மகள், பிள்ளத்தாச்சிப் புள்ள... வெகுதூரத்திலே இருந்து வந்திருக்கு. கொஞ்சம் வழி ஒதுக்கி குடுங்களேன். ரெண்டு வார்த்தை பேசிட்டுப் போகட்டும்!” கெஞ்சினார்.

“தேவரே... உங்க மகளை பார்த்தா எங்களுக்கும் பாவமாதான் இருக்கு. ஆனா... நாங்க சொல்லி ஒதுங்குற கூட்டமா இது?” என்ற காவலர், கூட்டத்தைப் பார்த்து, “ம்... நேரம் முடியப்போகுது. பேசிட்டு கௌம்புங்க” என கூவினார்.

“எய்யா... நம்ம மாயழகிக்கு கல்யாண...”

“என்னத்தா சொல்றே..? மாயழகிக்கு கல்யாணமா? யாரு மாப்பிள்ளை?”

“ம்... நேரம் முடியப்போகுது. கௌம்புங்க... கௌம்புங்க...” லத்திக் கம்பால் கம்பி வலையில் கோடு கிழித்தபடி காவலர் சொன்னதும் கூப்பாடும் சத்தமும் இன்னும் கூடுது.

“எண்ணேன்... நம்ம மாயழகியை... அரியநாச்சி கொழுந்தன் சோலைக்கு.” பூவாயி ஒரு பக்கம் இரைந்தாள்.

“ஒன்னும் கேக்குதில்லை பூவாயி...”

அரியநாச்சி, வாயை வாயை மெல்லுகிறாள்.

ஏதும் புரியாத வெள்ளையத்தேவன், தலையை தலையை ஆட்டுகிறார்.

"ம்... டைம் முடிஞ்சுச்சு. கௌம்புங்க..." காவலர் விசில் ஊதுகிறார். விசில் சத்தம் கேட்டதும் இரைச்சல் கூடுது.

அம்புட்டு உயரமான வெள்ளையத்தேவன், எக்குப்போட்டு நின்று, "உன் தங்கச்சி மாயழகி, தாய் இல்லாம வளர்ந்த புள்ள. தகப்பன் நான்... ஜெயில்லெ கெடக்கேன். நீயும் உன் தம்பி பாண்டியும்தான் அந்தப் பிள்ளைக்கு எல்லாம். எந்தக் காரியம்னாலும் உன் தம்பி பாண்டிப் பயலை கலந்துபேசி முடிவு பண்ணுத்தா..." காற்றுவாக்கில் பேசிய வெள்ளையத்தேவனின் கண்களில் நீர் இறங்குகிறது.

கூட்டம் மெல்ல கலைகிறது. நகரும் கைதிகளில் கடைசி கைதியாக, நிறைசூழி மகள் அரியநாச்சியை திரும்பி திரும்பி பார்த்துக்கொண்டே வெள்ளையத்தேவனும் ஜெயிலுக்குள் செல்கிறார்.

வெள்ளையத்தேவன் வீடு, பெருநாழி ஊருக்குள்ளே நுழைஞ்சதும் முதல் வீடு. வடக்கே பார்த்த கல்லு வீடு.

சின்ன வயசுலெ புருசனை பறிகொடுத்துட்டு, பிள்ளைகுட்டிகளை வளர்த்துவிட பரிதவிக்கிற கைம்பொண்டாட்டியின் வறண்ட முகம்போல் சோகம் அப்பிக் கிடந்தது.

முற்றத்தை கூட்டி பெருக்கிக் கொண்டிருந்தாள் வள்ளி அத்தை. நாற்பது, நாற்பத்தஞ்சு வயசிருக்கும். வெள்ளையத்தேவனின் தங்கச்சி. வள்ளி அத்தை, வாழ்வரசியும் இல்லை... கைம்பொண்டாட்டியும் இல்லை. வெள்ளாங்குளம் ராமசாமிதேவனுக்கு நிச்சயம் பண்ணி, வாழ்க்கைப்படும் முன்பே விதவை ஆனவள்.

வள்ளிக்கு தாய்மாமன் மகன் ராமசாமி. அவனுக்குன்னே... கன்னி காத்தவள் வள்ளி. வைகாசி மாதம் ரெண்டுபேருக்கும் கல்யாணம் பேசி நிச்சயதார்த்தம் முடியுது. ஆவணி கடைசியிலே தாலிகட்டுத் தேதி குறிச்சாச்சு. கல்யாணத்துக்கு முந்தின புதன்கிழமை நடந்த தரைக்குடி உமையம்மன் கோவில் எருதுகட்டில்

மாடு பிடிக்கப் போனவன், குத்துப்பட்டுச் செத்துப் போனான். சொந்தம் சுருத்து, சாதி சனம் எவ்வளவோ சொல்லி பார்த்துச்சு. ம்ஹூம். 'இன்னொருத்தன் தாலிக்கு என் கழுத்தை நீட்ட மாட்டேன்'னு ஒரே குலுக்கா குலுக்கிட்டாள். இருபத்தஞ்சு வருசம். கன்னி கழியாமலே காலம் போயிருச்சு.

அண்ணன் வெள்ளையத்தேவன் பெஞ்சாதியும் மாயழகிப் பிள்ளையை பெத்துப்போட்ட மூணாவது நாள், முட்டு வீட்டுக்குள்ளேயே ஜன்னி கண்டு செத்துப் போச்சு. அரியநாச்சி, ஆறு வயசுப் பிள்ளை. பாண்டிக்கு நாலு வயசு. அண்ணன் வெள்ளையத்தேவன், ஒரு கொலையை பண்ணிட்டு, ஜென்மத்திலே உள்ளே போயிட்டாரு. மூணு பிள்ளைகளையும் வளர்த்து ஆளாக்குனது வள்ளி அத்தைதான்.

பாண்டி பெஞ்சாதி குமராயி, ஒரு கால் மடக்கி, ஒரு கால் நீட்டி தாழ்வாரத்து அம்மியை அணைத்து அமர்ந்து, தேங்காய்ச் சில்லை அம்மிக் கல்லால் 'ணங்... ணங்' என வீடு அதிர தட்டினாள்.

முற்றம் பெருக்கி கொண்டிருந்த வள்ளி அத்தை, கடைக் கண் ஓரம் பார்த்து, "அம்மி ஒடஞ்சு போகப் போகுதுடீ! யாரை நெனச்சு இந்தக் குத்து குத்துறெ?" என்றாள்.

"இம்புட்டு பெரிய வயித்தை துருத்திக்கிட்டு, காரேறி... பாளையங்கோட்டை ஜெயிலுக்கு போகணுமாக்கும்?" அம்மித் தேங்காய்ச் சில்லை மறுபடியும் ஓங்கித் தட்டினாள் குமராயி.

"யாரடீ சொல்றே?"

"ஒங்க ணொண்ணன் மகள் அரியநாச்சியை தான்"

கையில் விளக்குமாறோடு குமராயியை நோக்கி வந்தாள், வள்ளி அத்தை.

3
மாயழகி

வீட்டுக் கொல்லையில் ஆள் உயர தென்னந்தட்டி மறைப்பு. மார்புக்குமேல் பாவாடையை ஏத்திகட்டி நின்று குளிக்கும் மாயழகியின் தலை தெரியாத உயரம்.

அடுத்த வீட்டுக்காரன், மூணாவது வீட்டுக்காரன் கண்ணுக்குப்படாமல், கொல்லையைச் சுற்றி முள்ளு வேலி. புளியமரமும் வேப்பமரமும் அடைத்துக் குடை பிடித்து நிற்கும். குடிக்க, குளிக்க, வீட்டுப் புழக்கம் எல்லாத்துக்கும் பெரிய கண்மாயோரம் இருக்கிற *கரைக்கிணத்து தண்ணீர்தான். கரைக்கிணறு, ஆடைக்கும் கோடைக்கும் வற்றாத கிணறு. தேனாய் இனிக்கும்.*

கோழி கூவ, கரைக்கிணத்துக்கு போகிற ஊர்க் குமரிகள், கண் துலங்கப் பொழுது விடியுமுன் நாலஞ்சு நடை தண்ணி சுமந்தாகணும். வீட்டுக்கும் கிணத்துக்கும் நடையாய் நடந்து, தண்ணீர் சுமக்கிறது, மாயழகிதான். இடுப்பிலே ஒரு குடம். தலையிலே ஒரு குடம். ரெட்டைக் குடம் தூக்கி மாயழகி நடந்து வர்றபோது, குதிங்கால் மிதிபட்டு 'ணங்... ணங்...'ன்னு தரை தெறிக்கும்!

ஊர் இளவட்டங்கள், அவனவன் முறைகாரக் குமரிகளை பார்க்கணும்னே... முளைக்கொட்டுத் திண்ணையிலே தூங்குறமாதிரி முழிச்சுக்கிட்டே கிடப்பான்ங்க. என்றைக்காவது பொழுதும் புலர்ந்துபோகும். வீடடைய வேக வேகமாய் வரும் குமரிகளை, மச்சான், கொழுந்தன்மார் மறிச்சுக்கிட்டு நிற்பான்ங்க. கேலி பேசுவான்ங்க.

“கிடேறி... துள்ளிக்கிட்டுப்போகுதே... என்னவாம்!”

“கழுத்திலே கயிறைக் கட்டி... வசக்கிற வேண்டியதுதான்”

பேசுகிறவன், மனசுக்கு பிடிச்ச மச்சான், கொழுந்தனா இருந்தால், கேட்கிற குமரிகளுக்கு, நடக்கிற பூமி நழுவும். இடுப்புக் குடத்தில் ஒரு கை நீரை அள்ளி, இளவட்டத்தின் முகத்தில் தெளித்துவிட்டு, கவிழ்ந்த சிரிப்போடு கடந்துபோவார்கள்.

மாயழகிக்கும் மச்சான், கொழுந்தன்மார் உண்டுதான். ஒரு பயல் கிட்டே நெருங்கமாட்டான்.

“ஆத்தாடீ... அது கருநாகம்! பார்க்கிற பார்வையிலேயே போட்டுத் தள்ளிரும்!” என்பார்கள். வள்ளி அத்தையின் வளர்ப்பு அப்படி.

மாயழகி, தாயாரை பார்த்ததில்லை. பிறந்து மூணு நாள் பிஞ்சு,. தாயை பறிகொடுத்துட்டு தனியே கிடந்தது. ஆறு வயசாகிறபோது, அப்பன் வெள்ளையத்தேவன், ஜெயிலுக்குப் போன ஆளு. தகப்பனையும் சரியா பார்த்ததில்லை. தாய் செத்து, தகப்பன் ஜெயிலுக்கு போனதும் வீடு இருளடைஞ்சு போச்சு.

வாழ்க்கைப்படாமலே வாழாவெட்டி ஆன வள்ளி அத்தைதான், அண்ணன் பிள்ளைகள் மூணுபேரையும் வளர்த்து ஆளாக்கி, வீட்டிலே விளக்கெரிய வைத்தவள். தனக்கென ஒரு தாம்பத்தியத்தை மறுத்ததற்கு காரணமும் இதுதான்.

தலை குளிர ஊற்றிக் குளிக்கிற மாயழகிக்கு, முடி தொங்குது... புட்டத்துக்கு கீழே. ‘கருங்கருங்’ன்னு முடி. மூக்கும் முழியும் உளி அடிச்சு செதுக்கினமாதிரி. ஆப்பநாட்டுக் குமரிகளில்... பெருநாழி மாயழகி ஒரு பேரழகி! குமரிக்கு குமரி ஆசைப்படுகிற

அழகின்னாலும்... மாயழகி, சிரிச்சு யாரும் பார்த்ததில்லை. சிங்காரிச்சும் பார்த்ததில்லை. 'பிறந்ததும் பெத்த தாயை முழுங்கினவள்' என்கிற அவச்சொல்லு, நெஞ்சுக்குள்ளே வேராய் இறங்கிருச்சு.

குளித்து முடித்து ஈரத் துணியோடு கொல்லை வாசல்வழியே வீட்டுக்குள் நுழைந்தாள். வீட்டு நடுப்பத்தியில் உடைமாற்றிக் கொண்டிருக்கும் அண்ணன் பாண்டியை பார்த்ததும் அடுப்படிக்குள் பதுங்கி நின்றாள்.

மொட மொடக்கும் வெள்ளை வேஷ்டி. முழுக்கைச் சட்டை. முழங்கை அளவுக்கு சட்டைக் கையை மடக்கிவிட்டுக் கொண்டிருந்தான் பாண்டி.

தாழ்வாரத்தில் அம்மி அரைத்துக் கொண்டிருந்த குமராயி, வள்ளி அத்தையுடன் வாயாடிக் கொண்டிருந்தாள்.

"இம்புட்டு பெரிய வயித்தை துருத்திக்கிட்டு, காரேறி... பாளையங்கோட்டை ஜெயிலுக்கு போகணுமாக்கும்? செத்துப்போன என் மாமியார் பேர்லெ உள்ள பெண்வழிச் சொத்து பூராத்தையும் வெள்ளாங்குளத்துக்கே கொண்டுபோ யிறணும்னு அம்புட்டு ஆசை! ம்?" 'சரட்... சரட்...' என அம்மிக்கல் தேய துவையலை அரைத்தாள்.

தலைவாசலுக்கு வந்த பாண்டி, "ஏய்... கழுதை! ஏன் இந்தக் கத்து கத்துறே?" என்றான்.

"ஆமலூ... நான் பொதி சொமக்குற கழுதைதான். வாய் வீணா கத்துறேன். ஒங்ககூடப் பெறந்த காரியக்காரவுக மாதிரி... சத்தம்போடாமல் சொத்தைச் சுருட்டத் தெரியாத கழுதைதான்!" அம்மியில் அரைத்த தேங்காய் துவையலை ஆட்காட்டி விரலால் வழித்தாள்.

எதுவும் புரியாத பாண்டி, வாசலில் நிற்கும் வள்ளி அத்தையை பார்த்தான்.

"எத்தேய்... இவ யாரைச் சொல்றா?"

விளக்குமாறை கை மாற்றிய வள்ளி அத்தை, "உங்க அக்கா அரியநாச்சி... எங்க அண்ணனை பார்க்க, ஜெயிலுக்கு போச்சாம்!" என்றாள்.

"எங்கக்கா... நெறை மாசமாவுலெ இருக்கு! அதெப்படி அம்புட்டு தூரம் போகும்?"

அம்மியைவிட்டு எழுந்து வந்த குமராயி, "பொண்ணு கேட்டுப் போனாகளாம்... பொண்ணு!" புருசனுக்கு முன்னால் நின்று அலப்பினாள்.

"எதூ! பொண்ணு கேட்டா? யாரை... யாருக்கு?" கண்களை சுருக்கினான்.

"அவுக புருசன்கூடப் பெறந்த கொழுந்தன் ஒருத்தன் இருக்கான்லே... 'சோலை'ங்கிறவன்... அவனுக்கு நம்ம மாயழகியை."

"என்னடீ சொல்றே... அந்த மொசப் பிடிக்கிற பயலுக்கா? விடிஞ்சதும் எந்திருச்சுப் போயி... எந்தக் காட்டுலெ மொசல் கெடக்கும்? எந்தக் காட்டுலெ நரி கெடக்கும்'ன்னு வேட்டைக்கு அலைவானே! அவனுக்கா?" முகம் சுழித்தான் பாண்டி.

"உங்க ஆத்தா பேர்லெ இருக்கிற பெண்வழிச் சொத்தெல்லாம்... உங்க அக்கா அரியநாச்சிக்கு பாதி... மாயழகிக்கு பாதிதானே? உங்க அக்கா, வெள்ளாங்குளத்துக்கு வாக்கப்பட்டு போகும்போதே... பாதி சொத்து போயிருச்சு. இப்போ மாயழகிப் பிள்ளையையும் தன் கொழுந்தனுக்கு கட்டி வச்சா... மொத்தச் சொத்தும் வெள்ளாங்குளம் போயிரும்லே? அதுக்குதான். வேறென்ன?"

வள்ளி அத்தை குறுக்கே பேசினாள். "ஏய்... குமராயீ! அரியநாச்சிப் பிள்ளை அப்பிடியெல்லாம் சொத்துக்கு ஆசைப்படுற பிள்ளை இல்லடி. அது பாவம்... கல்யாணமாகி ஒம்பது வருசத்துக்கப்புறம் இப்போதான் ஒரு பிள்ளையை உண்டாகி இருக்கு! தங்கச்சியை தன் கொழுந்தனுக்கு செஞ்சா... ஒன்னுக்குள்ள ஒன்னு ஒத்தாசையா இருக்கும்னு நெனச்சிருக்கலாம்."

"நீ என்ன சின்னத்தா இப்பிடி பேசுறே! ஏன்? என் தம்பிக்காரன் ஒருத்தன் முழுத்த எளவட்டம் இருக்கான்லே... கருப்பையா? அவனுக்கு செஞ்சா... நாளைக்கு எனக்கும் என் புருசனுக்கும் ஒத்தாசையா இருக்கும்'ன்னு நான் நெனைக்க மாட்டேனா? நாளை இவருக்கு ஏதாவது ஒன்னுன்னா... என் தம்பிதானே வந்து முன்னே நிப்பான்? ஊரானா... வந்து நிப்பான்?"

ஈரத் துணியுடன் அடுப்படியில் நிற்கும் மாயழகி, எல்லாவற்றையும் கேட்டுக்கொண்டிருந்தாள்.

கைச் சட்டையை ஏத்தி மடக்கிவிட்ட பாண்டி, "ஏய்... அதை விடுடி. எங்க அக்கா... ஜெயிலுக்குபோனது நெசந்தானா?" என்றான்.

புருசனின் தலைக்குமேல் வலது கை தூக்கி, "ஒங்க தன்னான" சத்தியம் பண்ணினாள். "வெள்ளாங்குளம் பூவாயி கிழவிதான் துணைக்கு கூடப் போயிருக்கு."

பாண்டி, வள்ளி அத்தையின் பக்கம் திரும்பினான். "ஏத்தே... என் பொண்டாட்டி சொல்றதிலே என்ன தப்பு இருக்கு? நான் ஒருத்தன் ஆம்பளை இங்கே இருக்கேன். என்னை கலந்து பேசாமல், எங்க அக்கா காரேறிப் போயி, பொண்ணு கேக்குறதும்... எங்க அய்யா, அவரு பாட்டுக்கு ஜெயில்லெ இருந்துக்கிட்டே சம்மதம் சொல்றதும் என்னத்தே... ஞாயம்?"

வள்ளி அத்தை தலை கவிழ்ந்தாள். "உன்னை கலக்காமல் அரியநாச்சிக்கு எங்க அண்ணன் சம்மதம் சொல்லி இருப்பாருன்னு நான் நெனைக்கலெ."

புருசன் பாண்டியின் நெஞ்சுக்கு நேராக குமராயி வந்து நின்றாள். "ஏ... நீங்க இப்பவே காரேறி ஜெயிலுக்கு போங்க. மாயழகியை என் தம்பி கருப்பையாவுக்கு முடிக்கப் போறதை மாமாகிட்டே ஒரு தாக்கலா மட்டும் சொல்லிட்டு வாங்க"

"ஏப்பா பாண்டி! மாயழகிப் பிள்ளகிட்டே ஒரு வார்த்தை கேட்டுக்கப்பா"

"எங்கே இருக்கு அந்தப் பிள்ளை?" என்றபடியே நடுப்பத்தி கடந்து அடுப்படிக்கு வந்தான்.

"மாயழகீ!"

உடம்பு ஒட்டிய ஈரத் துணியோடு அடுப்படி ஓரத்தில் ஒடுங்கி நின்ற மாயழகியை கண்ட நொடியில் பதறி திரும்பினான். தங்கச்சியை ஈரத் துணியோடு பார்த்த கொடுமைக்கு, 'ச்சேய்!' என தன்னைதானே திட்டிக்கொண்டு, "நம்ம பிள்ளையை பத்தி

நமக்குத் தெரியாதா? அதுகிட்டே என்ன கேக்குறது?" நிலைக் கண்ணாடி முன்போய் நின்று தலைசீவுவதுபோல் சமாளித்தான்.

"தலை எல்லாம் நல்லாதான் இருக்கு. கௌம்புங்க" விரசினாள் குமராயி.

நடுவீட்டில் சம்மணம்போட்டு அமர்ந்து சாப்பிடுகிறான் சக்கரைத்தேவன். மரக்கட்டில் காலில் முதுகு சாய்த்து, கால் நீட்டி அமர்ந்து, புருசன் சாப்பிடுவதையே கண்கொட்டாமல் பார்த்துக்கொண்டிருக்கிறாள் அரியநாச்சி.

"ஏ! நல்லா கை நெறையா அள்ளிச் சாப்பிடுங்க. மொசக்கறி நல்லாத்தானே இருக்கு?"

"அரியநாச்சி கைபட்ட கறில்லே! அமுர்தமா... இருக்கு!" முயல் சப்பையை கடித்துக்கொண்டே, "காரேறி ஜெயிலுக்கு போனியே! அம்மான் என்ன சொன்னாரு?"

"எங்கய்யாகிட்டே... எஞ்சொல்லுக்கு மறு சொல்லேது?"

"எனக்கென்னமோ இது நல்லா படலேம்மா. உன் தம்பிக்காரன் பாண்டிக்கு வெள்ளாங்குளம்'னா... பச்சநாவி. என் தம்பிக்காரன் சோலைக்கு பெருநாழி'ன்னா... பச்சநாவி. ரெண்டு பயலுகளும் கிருசுகெட்ட பயலுக. 'ஆ... ஊ...'ன்னா அருவாளைத் தூக்குவான்ங்க! என்னாகப் போகுதோ!" முயல் சப்பையை கடித்து இழுத்தான்.

●

4

வெள்ளாங்குளம் சக்கரை

முயல் சப்பையை முன் பல்லால் கடித்து இழுத்த சக்கரைத்தேவன், "இங்கெ பாரு அரியநாச்சி... ஓந் தங்கச்சி மாயழகியை... ஏந் தம்பி சோலைக்கு கட்டிவைக்க நீ ஆசைப்படுறது ஒன்னும் தப்பில்லை" கறியை மென்றான்.

"எங்கம்மான் வெள்ளையத்தேவன்... பாவம் செம்மக் கைதியா ஜெயில்லெ கெடக்கிறவரு" கறியை விழுங்கிவிட்டு, "இம்புட்டுத் தூரம் காரேறி வந்து ஒரு பிள்ளத்தாச்சி கேக்குதேன்னு... 'சரி'ன்னு சொல்லி இருப்பாரு" கை நிறைய சோற்றை அள்ளினான்.

"ஆனா... ஓந்... தம்பிக்காரன் பாண்டி இருக்கானே... அவன் ஒரு கொணம் பத்தாத பய. எதுலயும் அவசரப்படுவான். சின்னாளு... பெரியாளுங்கிற மரியாதை தெரியாது. என்ன இருந்தாலும் அவன்கிட்டே ஒரு வார்த்தை கலந்துக்கிட்டு, அப்புறமாதான்... நீ பாளையங்கோட்டை போயிருக்கணும்."

"யாரு... ஏந் தம்பி பாண்டியா? அதெல்லாம் நான் சொன்னா கேட்டுக்கிருவான்." கட்டில் காலில் முதுகு சாய்த்து, நிறை வயிற்றை வலது கையால் தடவினாள் அரியநாச்சி.

“நமக்கு கல்யாணமாகி ஏழெட்டு வருசத்துக்கு அப்புறம் இப்போதான் ஒரு பிள்ளையை உண்டாகி இருக்கேன். மாயழகியை நம்ம சோலைக்கு கட்டிக்கிட்டு வந்தோம்னா... அக்காளும் தங்கச்சியும் ஒருத்தருக்கு ஒருத்தர் அம்பா... ஆதரவா... விட்டுக்குடுத்து நெறந்து போயிருவோம்லெ?”

“அதெல்லாம் சரிதான். இந்த ரெண்டு கொணங்கெட்ட பயலுகளையும் ஒன்னா இழுத்துவச்சு... கூத்துப் பாத்துறக் கூடாதேன்னுதான் யோசிக்கிறேன்.” சாப்பாட்டுத் தட்டிலேயே கை கழுவினான். “ஆமா... பெருநாழி சம்பந்தத்துக்கு இந்த சோலைப்பய ஒத்துக்கிருவானா?”

“கூறுகெட்டதனமா பேசாதீக. இப்போ ஏந் தங்கச்சி மாயழகி இருக்கிற அழகுக்கு... கண்ணாலே ஒருதடவை ஓங்க தம்பி பார்த்தாபோதும். பெருநாழிப் பொண்ணைதான் கட்டுவேன்னு ஒத்தக் கால்லெ நிக்கும். ஏந்தங்கச்சி அழகின்னாலும் அழகி... அப்பேர்ப்பட்ட அழகி! ஆப்பநாட்டுக்குள்ளே அப்பிடி ஒரு அழகியை பார்க்க முடியுமாக்கும்...” கையூன்றி நிமிர்ந்து அமர்ந்தாள்.

சாப்பிட்டு எழுந்த சக்கரைத்தேவன், தட்டு, சோத்துச் சட்டி, கொழம்புச் சட்டிகளை அடுப்படிக்கு எடுத்துப்போனான்.

“ஏ... நீங்க போயி சட்டிபொட்டியை தூக்கிக்கிட்டு! இருங்க நான் வர்றேன்.” கையூன்றி எழ முயன்றாள்.

பதறி ஓடிவந்த சக்கரைத்தேவன், “நீ ஒன்னும் வர வேணாம்.” அரியநாச்சியின் இரண்டு தோள்தொட்டுத் தூக்கினான். “இப்பிடி ஒக்காரு...” கட்டிலில் அமர்த்தினான். முதுகுப் பக்கமாய் அணைந்து, அரியநாச்சியின் வலது காதுமடலை மெல்ல கவ்வினான்.

“ஏ!” சிலிர்த்து திரும்பிய அரியநாச்சி, “முழுத்த எளவட்டத்தை வீட்டுலெ வச்சுக்கிட்டு... இதென்ன நட்டுனை! போங்க அங்கிட்டு” இடது கையால் புருசனை செல்லமாய் தள்ளிவிட்டாள்.

போனவன், மாடக் குழியிலிருந்து ஒரு பாட்டிலை எடுத்து வந்தான்.

“என்னது?” என்றாள்.

அரியநாச்சிக்கு பின்னால் கட்டிலில் அணைவாய் அமர்ந்தவன், “மொச ரத்தம்...” பாட்டிலை அரியநாச்சியின் முகத்துக்கு நேராக காட்டினான். முயல் ரத்தம் கலந்த தேங்காய் எண்ணெய், செக்கச் செவேர்’னு... இருந்தது.

அரியநாச்சி அள்ளி முடிந்திருந்த கோடாலிக் கொண்டை மயிரை அவிழ்த்துவிட்டான். மலையில் வழியும் கருமேகமாய் சரிந்த கூந்தல், அரியநாச்சியின் பின்பக்கக் கட்டிலிலும் பரவிக்கிடந்தது. வலது உள்ளங்கை நிறைய எண்ணையை ஊற்றியவன், “மொசு ரத்தத்தை தேச்சா... முடி கருகரு’ன்னு வளருமாம்!” முடி குளிர தேய்த்தான்.

“இப்ப மட்டும் என்னவாம்... முடி கொஞ்சமாவா இருக்கு?” ஓரக் கண்ணால் நமட்டுச் சிரிப்பு சிரித்தாள் அரியநாச்சி.

“மொச ரத்தத்துக்கு முடி கருக்குறது மட்டுமில்லெ. வயித்துக்குள்ளெ இருக்கிற பிள்ளையும் செக்கச் செவேர்னு பெறக்கும்!” கை நிறைய முடியை அள்ளி அலைந்தான்.

“செக்கச் செவேர்னுலாம் வேணாம். ஒங்களமாதிரி கன்னங்கரேர்னு பெறந்தாபோதும்.” தேய்க்க வாகாக, முகத்தை அன்னாந்து தலை சாய்த்துக் கொடுத்தாள்.

முற்றத்து வாசலில் வேட்டை நாய் சிணுங்கல் சப்தம் கேட்டது.

அரியநாச்சி, வாசற் பக்கம் திரும்பாமலே, சக்கரைத்தேவனுக்கு மட்டும் கேட்கும்படி, “ஏ... ஒங்க தம்பி வருது. நகண்டு ஒக்காருங்க” என்றாள்.

அரியநாச்சியை நெருக்கி அமர்ந்திருந்த சக்கரைத்தேவன், கொஞ்சம் நகன்று அமர்ந்தான்.

தலைவாசல் நிலைப்படி உரச, ஆறடி உயரத்தில் நுழைந்து வந்த சோலை, கட்டிலில் அண்ணனும் மதினியும் அமர்ந்திருப்பதைக் கண்டதும் தரைவழியே கண்மூடி, வாசற்பக்கம் திரும்பினான்.

“ஏய்யா... வாங்க. சாப்பிட்டுட்டு போங்க” கொழுந்தனை அழைத்தவாறு கட்டிலைவிட்டு அடிவயிறு நோக எழுந்தாள்.

"ஏப்பா... சோலை. ஓம் மதினிக்காரி... குனிய நிமிர செரமப்படுறாள். நீயே சோத்தைப்போட்டு சாப்பிடேன்" தம்பியின் முகம் பார்க்காமலே சொன்னான் சக்கரைத்தேவன்.

"நான் என்ன மாட்டேண்டா சொல்றேன்? நீங்க ஒக்காருங்க மதினி. நான் சாப்பிட்டுக்கிறேன்." நடுப்பத்திக்கு வந்தான் சோலை.

"ஆத்தாடீ! நான் என்ன அப்பிடியா நோவுகண்டு போயி கெடக்கிறேன்? நீங்க ஒக்காருங்கையா. இந்தா... கொண்டாறேன்," என்றவள், புருசன் சாப்பிட்டு மூடி வைத்திருந்த கொழம்புச் சட்டி, சோத்துச்சட்டி எல்லாவற்றையும் எடுத்துக்கொண்டுவந்து பத்தியில் பரப்பினாள். "உக்காருங்க... சாப்டுங்க..." அள்ளி அள்ளி பரிமாறினாள்.

ஒரு வாய்க்கு ஒரு முயல் சப்பையை கவ்வினான். இன்றைக்கு ஏழெட்டு முயல்கள் சிக்கி இருந்தன. எல்லாம் கொழம்புதான்.

தம்பிக்காரன் சாப்பிடுவதை ரசித்த சக்கரைத்தேவன், "இது எந்தக் காட்டு மொசலு?" என்றான்.

"இன்னைக்கு மல்லேஸ்வரம் காட்டுக்குள்ளே எறங்குனோம்."

முன்னே கால் நீட்டி அமர்ந்து பரிமாறிக்கொண்டிருந்த அரியநாச்சி, புருசனை பார்த்து, 'ஸ்ஸ்ஸு' என கண் காட்டினாள்.

தொண்டையை செருமிய சக்கரைத்தேவன், "ஏப்பா... சோலை. ஓங்க மதினிக்காரி... ஓங் கல்யாணப் பேச்சை எடுத்தாள்" என இழுத்தான்.

"கல்யாணமா!"

"ஏம்ப்பா? உனக்கு வயசு காணாதா? இன்னும் எம்புட்டு நாளைக்கு கரி மூட்டம்போடவும் மொச வேட்டைக்குப்போகவுமா... காட்டுலெ அலையப் போறே?"

சோலை பதில் பேசாமல் சாப்பிட்டுக் கொண்டிருந்தான்.

"என்னடா... சத்தத்தை காணோம்?"

"பொண்ணு யாரு?"

“ஏந்...தங்கச்சி தான்ய்யா!” என்றாள்.

பதிலேதும் பேசாமல் கறியை மென்று கொண்டிருந்தான் சோலை.

“என்னடா... என்ன சொல்றே?” கட்டிலில் உட்கார்ந்தவாக்கில் குனிந்து தம்பியை பார்த்தான் சக்கரைத்தேவன்.

மதினி அரியநாச்சி பக்கம் திரும்பிய சோலை, “ஒங்களை கையெடுத்துக் கும்பிடுறேன் மதினி. பெருநாழி சங்காத்தமே எனக்கு வேண்டாம்,” என்றான்.

“ஏன்ய்யா? நானும் பெருநாழிக்காரிதான். ஒங்கண்ணனுக்கு வாக்கப்பட்டு வந்ததிலே என்ன குத்தம் கண்டீங்க?”

“மதினி... ஒங்களை குத்தம் சொல்லலே. நீங்கதான் என்னை கொழுந்தனா நெனைக்கிறீக. நான் ஒங்களை எங்க ஆத்தாவாதான் பாக்குறேன். ஆனா... ஒங்க தம்பி பாண்டியும் நானும் மொசலும் நாயும்மாதிரி. அவனுக்கு மனுசத் தரம் தெரியாது. ரெண்டு பேரும் சண்டை பட்டிக்கிட்டு சாக வேண்டியதுதான்.” கண் தாழ்ந்தான்.

“அவன் கெடக்கான் சின்னப் பய. அவனை முன்னே வச்சா இந்தக் கல்யாணம் நடக்குது? நான் பாளையங்கோட்டை போயி... எங்கய்யாகிட்டேயே சம்மதம் வாங்கிட்டு வந்துட்டேன்.”

“அட விடுறா... அவன் யாரு? நம்ம அம்மான் மகன்தானே?” அமிழ்ந்த குரலில் சொன்னான், சக்கரைத்தேவன்.

“நம்ம அய்த்த மக்க தானே’ன்னு அவன் நெனைக்கணும்லே?” வாய்க்குள்ளேயே முனகினான்.

“என்னய்யா... என்ன சொல்றீக?” என்றாள் அரியநாச்சி.

“என்னத்தை சொல்லச் சொல்றீக? போனவருசம் பெருநாழி எருதுகட்டிலே நம்ம மாடு இறங்கி விளையாடுது. எவனும் கிட்டே நெருங்க முடியலே. இதே பாண்டிதானே... நம்ம மாட்டுக் கால்லெ வடத்தை சுத்தி விழுத்தாட்டி... கொம்பை ஒடிச்சான்? நம்ம மச்சான் வீட்டு மாடுதானே’ன்னு நெனச்சானா?”

“அந்தச் சின்ன நாயிக்கு அம்புட்டுதான் புத்தி!” சமாளித்தாள்.

சாப்பிட்டு எழுந்தான் சோலை. “இங்கே பாருங்க மதினி... நான் ஒங்க சொல்லையும் எங்கண்ணன் சொல்லையும் தட்டப் போறதில்லை. ஆனா... எங்க அண்ணன் முகங்கோண ஏதாவது நடந்துச்சுன்னா... நான் மனுசனா இருக்கமாட்டேன்... பாத்துக்கங்க” எழுந்து கை உதறிவிட்டு வெளியேறினான்.

சோலை வெளியேறும் வாசலில், “அரியநாச்சி...” என கூவிக்கொண்டே நுழைந்த பூவாயி கிழவி, நடு வீட்டுக்குள் வந்து, “நான் சொன்ன மாதிரியே நடந்து போச்சுல்லெடீ?” கட்டிலுக்கு கீழே குத்தவைத்தாள்.

“என்ன சொல்றீக அய்த்தே?”

“நம்ம ரெண்டுபேரும் பாளையங்கோட்டைக்கு போயிட்டு வந்த சேதி, ஓந் தம்பிக்காரன் பாண்டிக்கு தெரிஞ்சு போச்சாம். அவன் பொண்டளாட்டி ஒருத்தி இருக்காளே... கொமராயீ... ங்கிறவ? கீழேயும் மேலேயும் கெடந்து குதிக்கிறாளாம்...”

“எதுக்காம்?”

“வெள்ளாங்கொளத்துக்கு ஒருத்தி வாக்கப்பட்டுப்போனது போதாது? தங்கச்சியையும் கட்டிக்கிட்டுப் போயி... மொத்தப் பொம்மழிச் சொத்தையும் அமுக்கத் பாக்குறாளாக்கும்ன்னு?”

சக்கரைத்தேவன் கட்டிலில் அமர்ந்த வாக்கில் தலை கவிழ்ந்தான்.

வாய் ஓயாத பூவாயி கிழவி, “ஏன்... ஏந் தம்பிக்காரன் இருக்கான்லே... கருப்பையா? மாயழகியை அவனுக்கு கட்டி வச்சா... எனக்கும் என் புருசனுக்கும் நாளை பின்னே ஒத்தாசையா இருக்கும்லே ங்கிறாளாம்!”

அரியநாச்சி தலைமுடியை அள்ளிமுடிந்தாள். “அதுக்கு என் தம்பிக்காரன் என்ன சொன்னானாம்?”

“அவன் ஒங்க அய்யாவை பாக்க ஜெயிலுக்கு கௌம்பீட்டானாம்!”

அரியநாச்சியும் சக்கரைத்தேவனும் ஒருவர் முகத்தை ஒருவர் பார்த்தனர்.

குமராயி, பிறந்தது வடக்குத் தெரு. பாண்டிக்கு வாழ்க்கைப்பட்டு வந்தது மேலத் தெரு. கையில் ஒரு நார்ப் பெட்டியோடு, முளைக்கொட்டு திண்ணை தாண்டி, வடக்குத் தெருவுக்குள் நுழைந்தாள்.

தாழ்வாரத் திண்ணையில் அமர்ந்து, கம்பருசி புடைத்துக் கொண்டிருந்தாள் தாயார் செல்லம்மா. பக்கு பதரை நாவி, உள்ளங்கையில் அள்ளி, முற்றத்தில் திரியும் கோழி குஞ்சுகளுக்குமுன் விட்டெறிந்தாள். 'கெத்... கெத்' என அடித் தொண்டையில் கெக்கலித்து, மேயும் குஞ்சுகளுக்கு இரை காட்டியது தாய்க் கோழி.

செல்லம்மாவுக்கு கண்ணு ரெண்டும் சொளகு மேலேயே இருந்தது.

'வேகு... வேகு' என நடந்து வந்த குமராயி, முற்றத்தில் நுழைந்ததும் தன் தாயாரை குறி பார்த்து கையிலிருந்த நார்ப்பெட்டியை ஓங்கி எறிந்தாள்.

●

5

தெள்ளு கண்ணும்... தீட்டுன மூக்கும்...

விட்டெறிந்த குறி தப்பவில்லை.

"ஆத்தாடீ... கொலைகாரி... கொன்னுட்டாளே!"

நெஞ்சை குறிவைத்து குமராயி விட்டெறிந்த நார்ப்பெட்டி, தாழ்வாரத்தில் அமர்ந்து கம்பரிசி புடைத்துக்கொண்டிருந்த தாயார் செல்லம்மாவை மல்லாக்க விழுத்தாட்டியது.

சொளகில் இருந்த கம்பரிசி, தாழ்வாரம் முழுக்க சிதறியது. இரை பொறுக்கி கொண்டிருந்த தாய்க் கோழியும் குஞ்சுகளும் குலை பதறக் கூச்சலிட்டுப் பறந்தன.

மல்லாந்துகிடந்த செல்லம்மா, "அடியேய்.. நாசமாப் போறவளே! என்னைக் கொல்லத் திரிஞ்சியேடீ... பாவி! எம்மேலே ஒனக்கு என்னடி அம்புட்டுக் கோவம்?" திட்டிக்கொண்டே புரண்டு எழுந்தாள்.

கொல்லம்பட்டறை துருத்தி அடுப்பு நெருப்பாய் சீறிக்கொண்டு வந்த குமராயி, செல்லம்மாவின் முன்னே வந்துநின்றாள்.

"எங்கே அவன்?"

“எவன்டீ...”

“ஓம் மகன்காரன்.”

“அவனை நான் என்ன முந்தியிலேயா முடிஞ்சு வச்சுருக்கேன்? எளவட்டப்பய... எங்கிட்டாவது வெளியே போயிருப்பான். அதுக்கு ஏன்டீ... எம்மேலே பெட்டியை எறிஞ்சே?”

“எளவட்டப்பய மாதிரியா இருக்கான் ஓம் மகன்? ஏனவாய்ப் பயலாவுலெ இருக்கான்!”

“அடியேய்... இந்தப் பெருநாழியிலே, ஓந்தம்பி கருப்பையாவை மிஞ்சுன ஒரு எளவட்டத்தைக் காட்டுடீ பார்ப்போம்?”

“அதிலே ஒன்னும் கொணச்சலில்லே. நம்ம இப்பிடி பெருநாழிக்குள்ளேயே பேசிக்கிட்டு திரிய வேண்டியதுதான். அந்த வெள்ளாங்குளத்துக் காரியக்காரி, எல்லாத்தையும் வாரிச் சுருட்டி வழிச்சுக்கிட்டு போயிட்டாள்!” தாழ்வாரத் திண்ணையில் உட்கார்ந்தாள் குமராயி.

“வெள்ளாங்குளத்துக்காரின்னா... ஓந் நாத்துனா அரியநாச்சி தானே? அவ என்னத்தை வாரி வழிச்சுட்டுப் போனாள்?” சிதறி கிடக்கும் கம்பரிசியை வழித்து அள்ளி சொளகில்போட்டு புடைக்க ஆரம்பித்தாள்.

“எம் புருசன் வீட்டு பொம்மழிச் சொத்தை எல்லாம்தான்!”

“அவ சொத்தை அவ கொண்டுபோறாள். உனக்கென்ன வந்துச்சு?”

தாயாரின் குமட்டில் குத்தப் போனாள் குமராயி. “நீ ஒரு கூறுகெட்ட பொம்பளையாவுல்லே இருக்கே! ஓங்கப்பன் துரும்பாட்டி ஒரு வெவரங்கெட்ட ஆளு. அவரு புத்திதான் ஒனக்கு. ஓம் புத்திதான் ஓம் மகனுக்கும். ஒரு வெவரமும் கெடையாது. ஒரு காராட்டியமும் கெடையாது.”

செல்லம்மா, கைவாக்கில் இருந்த நார்ப்பெட்டியை எடுத்து குமராயியின் தலையில் ஓங்கி அறைந்தாள்.

“அடியேய்... என் வம்சத்தை இழுத்துப் பேசுனே... ஒனக்கு மருவாதி கெடையாது. நீ மட்டும் எங்கே இருந்து வந்தவ?”

வானத்தை காட்டி, "ஒசக்க இருந்தா குதிச்சே?" ரெண்டு கைகளாலும் தன் அடிவயிற்றில் 'ச்சப்ப்' என ஓங்கி அறைந்தாள். "இங்கே இருந்து வந்தவ தானே?"

தாயார் செல்லம்மாவின் வலது கையை பிடித்து பாந்தமாய், தன் மடியில் வைத்துக்கொண்ட குமராயி, "அடே அதை விடுத்தா. நான் சொல்றத கொஞ்சம் கேளு..." என்றாள்.

விருட்டென கையை உருவிய செல்லம்மா, "பெட்டியை எறிஞ்சு என்னைக் கொல்லத் திரிஞ்சவ நீயி. நீ சொல்றத நான் கேக்கணுமாக்கும்?" சீறினாள். "மூச்சுக்கு முன்னூறு தரம் கோவப்படுறதும் நீதான்... குழையிறதும் நீதான். ஒரு குடியான குடும்பத்துப் பொம்பளைக்கு இந்தக் குணம் ஆகாதுடீ! கொலைபழியிலே கொண்டுபோயி விட்டுரும்!"

ஆத்தாக்காரி சொல்வதை காதிலேயே வாங்காத குமராயி, "வேகாத வெயில்லெ காரேறி பாளையங்கோட்டை போயிருக்கா... இந்த அரியநாச்சி! தங்கச்சி மாயழகியை, தங் கொழுந்தன் சோலைப் பயலுக்கு கட்டிவச்சா... சொத்துப் பூராவும் அங்கேதானே போகும்?" நிறுத்தி கொஞ்சம் மூச்சுவிட்டாள்.

"செம்மக் கைதியா செயில்லெ கெடக்குற ஏம் மாமன்கிட்டெ என்னத்தை சொல்லி அழுதாளோ... அவரும் 'சரி'ன்னு தலை ஆட்டிட்டாராம்".

"இதென்ன கூத்தா இருக்கு!" என்ற செல்லம்மா, "உன் புருசனுக்குதான் வெள்ளாங்குளம்னா... பச்சநாவியாச்சே! அவரு என்ன சொன்னாரு?" மறுபடியும் கம்பரிசியை புடைக்க ஆரம்பித்தாள்.

"நான் விடுவனாக்கும்? நல்லா முறுக்கேத்தி விட்டுட்டேன்." 'க்ளுக்'என ஒரு வஞ்சகச் சிரிப்பு சிரித்தாள். "என் வீட்டு ஆம்பளை... எஞ்சொல்லை கடப்பாராக்கும்?" தலையை ஒரு சிலுப்பு சிலுப்பினாள். "உடனே காரேறிட்டாரு! மாயழகியை என் மச்சினன் கருப்பையாவுக்கு கட்டிவைக்கப் போறேன்னு அவுக அய்யாவுக்கு தாக்கல் சொல்ல ஜெயிலுக்கு போயிட்டாரு!"

"அது சரி. பொண்ணுப்புள்ள என்ன சொல்லுது?"

"யாரு?"

"மாயழகிதான்..."

"நீ என்னத்தா... நம்ம சாதியிலே இல்லாத ஒரு வழமையை சொல்றே! அவள் என்ன சொல்றது? வீட்டுக்கு பெரிய ஆம்பளை ஏம் புருசன். அவரு கைகாட்டுற மாப்பிள்ளை... தொத்தலோ... தொருசோ! அவனுக்கு வாக்கப்பட்டுப் போறதுதானே நம்ம சாதி வழமை? மாட்டேன்னு மறுத்தா... தங்கச்சீஞ்ன்னு கூடப் பார்க்காமல் கழுத்தை அறுத்துப் போட்டுற மாட்டாரு?"

சொளகு அரிசி மேலேயே இருந்த கண்ணை குமராயி பக்கம் திருப்பிய செல்லம்மா, "ஓந் தம்பிக்காரனுக்கும் மாயழகிப்புள்ள மேலே ஒரு பக்கம் ஆசை இருக்கும்ன்னு நெனைக்கிறேன்!" பெருமையாய் சொன்னாள்.

"ஆமலூ... நீதான் அவனை மெச்சிக்கிறனும். ஒரு எளவட்டப்பய... மனசுக்குள்ளயே ஆசையை வச்சுக்கிட்டு இருந்தா போதுமாக்கும்? இவன் என்ன அந்நியத்தானா? மாயழகி... இவனுக்கும் செல்ல வேண்டிய மாமன் பொண்ணுதானே? அதுவும் அக்கா புருசன்கூடப் பிறந்த தங்கச்சி! நேரா, ஏம் புருசன்கிட்டெ வந்து, 'மச்சான்... மச்சான்... ஒங்க தங்கச்சியை நான் கெட்டிக்கிறேன்'ன்னு ஒரு வார்த்தை சொல்லச் சொல்லு. மத்ததை நான் பார்த்துக்கிறேன்."

"ஆமடீ... கொமராயீ... விட்டுறக் கூடாது. மாயழகிப்புள்ள இருக்குற அழகுக்கு பொருத்தமான மாப்பிள்ளை இந்த ஆப்பநாட்டுலெ எவன் இருக்கான்? சாட்டைக் கம்புமாதிரி சதுரமும்... தெள்ளுக் கண்ணும்... தீட்டுன மூக்கும்... ஆத்தாடீ. இவ ஒரு அழகியாவுலெ பெறந்திருக்காள்!" வாய்ப்பாறினாள் செல்லம்மா. "எப்பிடியாவது ஓந் தம்பிக்காரனுக்கு மாயழகியை முடிச்சுப் போடணும்டீ"

"அப்புறம் நான் எதுக்கு அந்த வீட்டுலெ குப்பை கொட்டிக்கிட்டு இருக்கேன்?" என்றபடி எழுந்தவள், "இதை சொல்லிட்டுப் போகத்தான் வந்தேன். கருப்பையா வரவும் சொல்லு" என்றவள், தாயாரின் தலையில் ஒரு இடி இடித்து, "என்ன... சொல்லுவியாத்தா?" என்றாள்.

மகள் குமராயியை வெறித்துப் பார்த்த செல்லம்மா, "அடியேய்... அதுக்கு ஏன்டீ... ஏந் தலையிலே இந்த இடி இடிக்கிறே!" தன் தலையை தடவினாள்.

"ஓமலூ... இப்பிடீன்னு தலையிலே தட்டவும், துரும்பாட்டி மகளுக்கு கோவம் பொத்துக்கிட்டு வருதோ?" மறுபடியும் சீண்டிவிட்டு முற்றம் தாண்டி நடந்துபோனாள்.

கம்பி வலைக்கு அப்பால் நிற்கும் வெள்ளையத்தேவனின் கண்களில் தாரை தாரையாய் நீர் ஓடுகிறது.

"எய்யா... பாண்டி! மாயழகிப்புள்ள என்னப்பா செய்யுது? கலங்காம இருக்குதா?"

அழுகையும் கண்ணீருமாக சிறைச்சாலை கம்பிகளுக்குள் தகப்பன் வெள்ளையத்தேவனை பார்க்க பார்க்க, பாண்டியின் உயிர் இற்று விழுகுது.

கம்பி வலையில் முட்டிக்கொண்டு, 'மூசு... மூசு'ன்னு அழுகிறான்.

"அய்யா... என் அய்யா!" கண்கொண்டு பார்க்க முடியலே. ரெண்டு கைகளாலும் முகத்தை மூடிக்கொண்டு கேவி கேவி அழுகிறான்.

"எய்யா... பாண்டி! ஏன்யா அழுகிறே? அழுகாதப்பா" சொல்லிக்கொண்டே வெள்ளையத்தேவன் அழுகிறார். "தாயில்லாப் பிள்ளைகளை தவிக்கவிட்டுட்டு நான் ஜெயிலுக்கு வந்துட்டேன். நண்டு... சுண்டுமா... நம்ம பிள்ளைகளை நாதியத்து விட்டுட்டு வந்தோமே! ஏம் பிள்ளைக மூணும் என்ன செய்யுதுகளோ... ஏது செய்யுதுகளோன்னு, ராவும்பகலும் உங்க நெனப்பு தான்ப்பா!" கண்ணீர் நிறையச் சிவந்த கண்கொண்டு மகனைப் பார்த்தார்.

இருவருக்கும் ஊடே நின்ற ஜெயில் வார்டர், "தேவரே! என்ன... நீங்க போயி சின்னப் பிள்ளைமாதிரி அழுதுக்கிட்டு!"

சொல்லும்போதே தொண்டையை அடைத்தது. "வர்ற பிள்ளைகளுக்கு நீங்கதான் ஆறுதல் சொல்லணும்."

"கோபம், குலத்தைக் கெடுத்திருச்சு வார்டரே!" கண்களை துடைத்தார்.

"பாண்டி மாயழகிப்புள்ள என்னய்யா செய்யுது?" கண் கலங்கியது.

"இருக்குது"

"என் ஈரக் குலையை ஆறு வயசுலே விட்டுட்டு வந்தேன். அது கவலைதான்... எனக்கு பெருங்கவலை!" கண்களை மூடினார்.

"எய்யா... அக்கா இங்கே வந்துச்சா?"

"ஆமப்பா. அரியநாச்சி வந்துச்சு. நெறஞ்ச வயித்தோட ஏம்மா இம்புட்டு செரமபட்டு வந்தேன்னு நான்கூட சத்தம் போட்டேன்."

"என்ன சொல்லுச்சு?"

"அன்னைக்கு இங்கே இருந்த கூட்டத்திலெ ஒருத்தர் பேசுனது ஒருத்தருக்கு கேக்கலெ. அது சரிப்பா... நம்ம மாயழகிப்புள்ளைக்கு கல்யாணம் காச்சி ஏதும் பேசி இருக்கீகளா?"

"அக்கா சொல்லுச்சாக்கும்?" கவிழ்ந்தவாறு கண் உயர்த்தி பார்த்தான்.

"அதுதான் சொல்றேன்லே... அரையும்குறையுமா காதுலே விழுந்துச்சுன்னு. கல்யாணம் பேசுனது நெசந்தானா?"

"யாருக்குத் தெரியும்?"

"என்னடா இப்பிடி சொல்றே? உனக்கு தெரியாமலா?"

"எனக்கு தெரியாமல்தான் அவுக புருசனும் பொண்டாட்டியும் சேர்ந்து பேசி வந்திருக்காக!"

"மாப்பிள்ளை யாராம்?"

"வேற யாரு? அவுக புருசன்கூடப் பெறந்த கொழுந்தன் ஒருத்தன் இருக்கான்லே... மொசப் பிடிக்கிற பய? சோலை. அவனுக்குதான்."

"சோலைக்கா!" இழுத்தார் வெள்ளையத்தேவன்.

"இருந்தாலும் இந்த வெள்ளாங்குளத்துக்கு வாக்கப்பட்டுபோன கழுதைக்கு இம்புட்டு திமிரு ஆகாது!"

"ஒங்கக்கா அரியநாச்சியை அப்பிடி எல்லாம் பேசாதப்பா. ஒம் மேலேயும் மாயழகி மேலேயும் உசிரையே வச்சிருக்கு."

"தம்பி, தங்கச்சி மேலே உசிரை வச்சிருக்கோ இல்லையோ... எங்காத்தா பேர்லெ இருக்கிற பொம்மழிச் சொத்துமேலேதான் கண்ணு!"

"உனக்கு ஏன்டா... இப்பிடியெல்லாம் நெனப்பு ஓடுது? தங்கச்சியை கொழுந்தனுக்கு கட்டிவச்சா... ஒன்னுக்கு ஒன்னு ஒத்தாசையா இருக்கும்னு ஆசைப்பட்டிருக்கும்."

"அந்த ஆசை எனக்கு இருக்காதா?"

"உனக்கு என்ன ஆசை?"

"ஏம் பொண்டாட்டிகூடப் பெறந்த மச்சினன் ஒருத்தன் இருக்கான்லே?"

"அப்பிடி சொல்றியா? அதுவும் சரிதான்."

"எல்லாத்துக்கும் 'சரி'தானா? அக்கா வந்து கேட்டதுக்கும்... 'சரி'. எனக்கும் 'சரி'ன்னா... என்ன அர்த்தம்?"

"அட... இவன் யார்றா! நான் கெடக்கேன் ஜெயில்லெ ஜென்மக் கைதியா! நீதானே வீட்டுக்கு பெரிய ஆம்பளை? நீ பார்த்து செய்யி. அதுக்கு முன்னாடி ஒங்க அக்காகிட்டே ஒரு வார்த்தை கலந்துக்கோ"

"நான் ஏன் கலக்கணும்? என்னை கலந்துக்கிட்டா இங்கே வந்துச்சு?"

ஜெயில் வார்டர் இடைமறித்தார். “தேவரே! பேசுனது போதும். உள்ளே போங்க. என் வேலைக்கு உலை வச்சிறாதீங்க.”

“எய்யா... பாண்டீ! ஒங்கக்கா அரியநாச்சியையும் ஒந் தங்கச்சி மாயழகியையும் ரெண்டு கண்ணா பாவிக்கணும்யா. நீதான்யா அதுக ரெண்டுக்கும் தாயும் தகப்பனா இருக்கணும். சண்டை சத்தம், கோபம் தாபம் வேணாம்யா.”

ஜெயில் வார்டர் விசில் ஊதினார். “ஆமாம் தம்பி... கோபம் குலத்தை அழிச்சிரும். விட்டுக் கொடுத்துப் போறவன். கெட்டுப்போக மாட்டான்.”

●

6
கொட்டுக்கார குருசாமி

ஜெயிலில் இருந்து திரும்பிய பாண்டி, "எங்கய்யா சம்மதிச்சுட்டாரு" எனச் சொல்லக் கேட்டதும் குமராயிக்கு இருப்புக் கொள்ளலே. புருசனைப் பார்க்க பார்க்க, புதுசா பார்க்கிறமாதிரி, சந்தோசம் தாங்கலே!

நல்ல சேதி கொண்டுவந்த புருசனுக்கு, நாவுக்கு ருசியா ஆக்கிப் போட, விடைக்கோழிகளை விரட்டிக்கொண்டு திரிந்தாள் குமராயி.

எந்தக் கோழியும் சிக்க மாட்டேங்குது. கொல்லையில் மேய்ந்த கோழிகள், குமராயியை கண்டதும் குப்பை மேட்டுக்கு தாவுது. குப்பை மேட்டுப் பக்கம் தலையை கண்டால், பறந்து போயி, நாத்துப் படப்பு உச்சியிலே உக்காருது. கல்லைக்கொண்டு எறிந்தால், 'படபட'வென றெக்கை அடிச்சு, கூரை வீட்டு முகட்டுக்கு ஒரே தாவு.

விரட்டி விரட்டி தவிச்சுப் போனாள் குமராயி. கோழிக்கு பின்னாடி நாக்குத் தள்ள ஓடித் திரியிறதை சனம் வேடிக்கைப் பாக்குது.

"அடியேய்... கொமராயீ... ஏன் இந்த ஓட்டம் ஓடித் திரியிறே! வீட்டுக்கு யாரும் விருந்தாடி வந்திருக்காகளா?"

கேள்வி கேட்ட கிழவியுடன் சண்டைக்கு எக்கினாள் குமராயி. "விருந்தாடிக்கு ஆக்கிப்போடவா நான் கோழி வளக்குறேன்? நீயெல்லாம் உன் வீட்டுக்கு வர்ற விருந்தாடிகளுக்கு கோழி அடிச்சுத்தான் விருந்து வைக்கிறயாக்கும்? எச்சிக் கைட்டெ காக்காயை விரட்டாதவ நீயி... கேக்க வந்துட்டே கேக்க! பொத்திக்கிட்டுப் போவேன்"

"கேட்டது ஒரு குத்தமாத்தா? நீ ஒரு பொம்பளைன்னு... ஓங்கிட்டெ வந்து கேட்டென் பாரு... ஏம்புத்தியை பிஞ்ச வெளக்கமாத்தாலேயே அடிக்கணும்!" காது தண்டட்டி குலுங்க கழுத்தை ஒரு வெட்டு வெட்டினாள் கிழவி.

"போ... போயி அடிச்சுக்கோ. பிஞ்ச வெளக்கமாரு என் வீட்டுலெ நெறையா கெடக்கு. எடுத்து அடிச்சுக்கோ..." என்றாலும் கோழி மேலேயே கண்ணாய் இருந்தாள்.

'இவள்ல்லாம் ஒரு பொம்பளை! இவகூட, அந்த பாண்டிப் பய எப்பிடித்தான் காலம் தள்ளுறானோ... 'திங்குதிங்கு'ன்னு ஆடத்தான் செய்யிறாள்!' வாய்க்குள்ளேயே முனகினாள் கிழவி.

அடுத்த வீட்டுக் கூரை முகட்டில் நின்ற முட்டைக் கோழியை, கையிலிருந்த கல்லால் குறிபார்த்து எறிந்தாள் குமராயி. றெக்கை சடசடக்க, கிறுகிறுத்துக் கீழே விழுந்தது கோழி.

வெள்ளாங்குளம் ஊர்ச்சாவடி, அடிக்கிற வெயிலுக்கு குளு குளுன்னு இருக்குது. ஒரு பக்கம் வெட்டுச் சீட்டு, தாயக்கட்டம். இன்னொரு பக்கம் ஆடுபுலி, ரம்மியாட்டம். கூடிக்கிடந்த இளவட்டங்களுக்குள் சோலையும் இருந்தான்.

எந்த ஆட்டத்திலேயும் கலந்துகொள்ளாமல் மல்லாக்க அடிச்சு படுத்துக்கிடக்கிற ஆம்பளைகளும் உண்டு. சாவடி பட்டியல் கல்லு, அம்புட்டு குளிர்ச்சி!

ஆட்டம் ஆட்டமாய் இருக்க, சாவடி முழுக்க சோலையின் கல்யாணப் பேச்சுதான். ஆரம்பிச்சு வச்சவன் கள்ளாப்பருந்து.

"சோலை, பெருநாழி மாப்பிள்ளை ஆகப் போறான்!"

"ஒன்னுக்கு ரெண்டு சம்பந்தம், ஒரே வீட்டுலெ!"

“அரியநாச்சி அக்காமாதிரி குணசாலி பெறந்த வீட்டிலே... எத்தனை சம்பந்தமும் பண்ணலாம்.”

“மச்சான் சக்கரைத்தேவருக்கு வாக்கப்பட்டு வந்ததிலிருந்து... வெள்ளாங்குளத்துச் சனம் அத்தனை பேர்கிட்டேயும் அந்தக்கா காட்டுற உறவும்... ஒட்டுதலும் அடடா!”

மாறி மாறி இளவட்டங்கள் பேசிக் கொண்டார்கள்.

“அவுக வீட்டுக்கு தேடிப்போற அத்தனை சனமும், வாயும் வயிறும் நெறஞ்சுதான் திரும்பும்!”

“சிரிச்சுக்கிட்டே... ஆக்கிப்போடுற அன்னலெச்சுமி ஆச்சே!”

“அண்ணன் சக்கரைத்தேவரு... ஆப்பநாட்டுக்கே ஞாயம் சொல்ற மனுசனா இருக்கார்னா. அவருக்கு பொண்டாட்டியா அரியநாச்சி மதினி வந்து வாய்ச்ச முகூர்த்தம்தான்!”

குட்டமுருகன், சோலை பக்கம் திருபினான். “ஏப்பா... சோலை. நீ கட்டப்போற பொண்ணுப்பிள்ளையை நேர்லெ பாத்திருக்கயா?”

“ஏழெட்டு வருசத்துக்கு முன்னே... எங்கண்ணன் கல்யாணத்தப்போ பார்த்தது.” சுரத்தில்லாமல் சொன்னான் சோலை. “அவுக அண்ணன்காரன் பாண்டிக்கும் எனக்கும் எப்பவும் ஒத்துவராது. எங்கண்ணனும் மதினியும் சொன்னதினாலேதான் கல்யாணத்துக்கு நான் சம்மதிச்சேன்.”

ஊர்ச்சாவடி முகட்டை பார்த்துக்கொண்டு மல்லாக்கப் படுத்திருந்த, மாமன் முறைகார பெருசு, “சக்கரை, ஏங்கிட்டே ஒரு வார்த்தைகூட சொல்லலையே!” குறை பட்டார்.

“அம்மான்... நீங்க இல்லாமலா? சாதி சனத்தோட போயி, சபையிலே உக்காந்து நீங்கதானே பருசம் போடணும்!” சரிக் கட்டினான் சோலை.

“பருசம் எப்போ?”

“வர்ற ஞாயத்துக்கிழமை பெருநாழி போறதாக அண்ணன் சொன்னாரு”

முற்றத்தில் நிற்கும் முருங்கை மர நிழலில் அமர்ந்து, கோழி மயிரை ஆய்ந்துகொண்டிருந்தாள் குமராயி.

நெற்றியில் இட்ட திருநீர் கீற்று, வியர்வையில் நனைய, வேகாத வெயிலில் வீதிவழியே நடந்துவந்த வள்ளி அத்தை, "பாண்டி வந்துட்டானாடீ?" குமராயியிடம் கேட்டுக்கொண்டே முற்றத்தில் நுழைந்தாள்.

மயிரை ஆய்வதிலேயே குறியாய் இருந்த குமராயி, பதில் பேசலே.

தாழ்வாரப் படி ஏறி, தலை வாசலில் நுழைந்தாள் வள்ளி அத்தை.

குளித்து, ஈரத் தலையை துவட்டிக்கொண்டிருந்தான் பாண்டி.

"ஏப்பா... பாண்டி! எங்கண்ணனை பார்த்தியா? என்ன சொன்னாரு?"

"என்ன சொல்லப் போறாரு..? ஓம் மச்சினன் கருப்பையாவுக்கு மாயழகியை பேசி முடிச்சிட்டு, கல்யாணத் தேதியை முன்னக்கூடியே சொல்லு. ஜெயில்லெ லீவு எடுக்க வசதியா இருக்கும்ன்னாரு."

உள் வீட்டு அறைக்குள் துணிமணிகளை மடித்து அடுக்கி வைத்துக்கொண்டிருந்தாள் மாயழகி.

பாண்டிக்கு அருகே வந்தாள் வள்ளி அத்தை.

"அங்கே உங்க அக்காக்காரி... கொழுந்தனுக்கு பருசம்போட, சாதி சனத்தை தெரட்டிக்கிட்டு வரப் போறான்னு பேசிக்கிறாக!"

விருட்டென திரும்பிய பாண்டி, "பருசம்போட வர்றான்ங்களா! யாரைக்கேட்டு வர்றானாம்? ஏந் தங்கச்சி கல்யாணத்தை... வெள்ளாங்குளத்தான் முடிவுபண்றானா? அப்பிடியே வந்தாலும், பெருநாழியிலே ஒரு நாய்க்குட்டிகூட... அந்த மொசப் பிடிக்கிற பயலுக்கு கழுத்தை நீட்டாது" உச்சிக்கோபம், வாய்வழியே சிந்தியது.

துணிமணிகளை மடிப்பதை நிறுத்திவிட்டு, காது கொடுத்தாள் மாயழகி.

ஒரு எட்டு முன்னே வந்தாள் வள்ளி அத்தை. "ஏப்பா... பாண்டி. ஒரு பொண்ணு காரியத்திலே அப்படி எல்லாம் 'பொசுக்கு'ன்னு பேசக் கூடாதுப்பா"

"வேற என்ன செய்யச் சொல்றீக?"

"மாயழகியை என் மச்சினன் கருப்பையாவுக்கு முடிக்கப் போறோம். பருசம் போடணும்ன்னு நீங்க யாரும் வர வேண்டாம்ன்னு நீ போய் சொல்லிட்டு வா"

"எங்கே? அந்தப் பய வீட்டுக்கா? நான் போக மாட்டேன்."

"நீ போகாட்டி... யார் மூலமாவது தாக்கல் சொல்லிவிடு."

பொழுதுமுகம் காணும்முன் எழுந்துவிடும் அரியநாச்சியால் வயிற்றுப் பாரத்தோடு இப்பவெல்லாம் எந்திரிக்க முடியிறதில்லெ. எழுந்து வந்து தலைவாசலை திறந்து பார்த்தாள். தெருவெல்லாம் விடிஞ்சு கிடந்தது.

வாசல் தெளிக்க வரும் பூவாயி கிழவியை இன்னும் காணோம்.

தாழ்வாரத்து ஓரமிருக்கும் கோழிக் கூட்டை திறந்துவிட்டதும் குஞ்சுகளோடு வெளியேறின. கூட்டுக்குள் கையைவிட்டு துழாவினாள். ரெண்டு முட்டைகள் கிடந்தன.

மேற்கே பார்த்து திண்ணையில் அமர்ந்தவள், 'வாசல் தெளிக்காம கெடக்கு. பூவாயி அத்தையை இன்னும் காணோமே... என்ன!' வாய்க்குள் பேசினாள்.

தெருவையே பார்த்துக் கொண்டிருந்தவளின் கண் தூரத்தில்... பெருநாழி பாதை வழியாக நடந்து வர்றவன்... பெருநாழி கொட்டுக்கார குருசாமிமாதிரி தெரியுது. அடி வயிற்றில் 'கெதக்' என்றது.

'ஆத்தாடீ! இழவு சொல்லி வர்ற கொட்டுக்காரன்மாதிரி தெரியுது! பெருநாழியிலே யாரு செத்தது?' பதற்றத்தில் புலம்பினாள்.

வந்தவன், பெருநாழி கொட்டுக்கார குருசாமியேதான்.

துலங்கும் தூரத்திலேயே ரெண்டு கைகளையும் தலைக்குமேல் குவித்து, "சேவிக்கிறேன் தாயீ" கும்பிட்டான் குருசாமி.

"என்ன குருசாமி இந்நேரம்?" பதறிப் போய் கேட்டாள்.

முற்றத்து ஓரம் குத்துக்காலிட்டு அமர்ந்த குருசாமி, "அது ஒன்னும் இல்லத்தா" பின் தலையை சொரிந்தான்.

"அரியநாச்சீ!" கூவி அழைத்துக்கொண்டே வீட்டுக்குள்ளிருந்து வெளியே வந்தான் சக்கரைத்தேவன்.

"சேவிக்கிறேன் சாமியோவ்..." கும்பிட்டான் குருசாமி.

"யாரப்பா நீ? பெருநாழி கொட்டுக்காரன்லெ!" கேட்கும் போதே உள்ளுக்குள் ஒரு சின்ன கலக்கம்.

"ஆம சாமி..."

"என்ன இந்நேரம் வந்திருக்கே! பெருநாழியிலே ஏதும் கேதமா? யாரு செத்தது?" என்றவன், பிள்ளத்தாச்சி அரியநாச்சி அருகில் இருப்பதை உணர்ந்தவனாய், குருசாமியை பார்த்து, 'சொல்லாதே' என்பதுபோல் கண் காட்டினான்.

"அரியநாச்சி... நீ எந்திருச்சு உள்ளே போ" என்றான்.

புருசன் சொல்வதை காதிலேயே வாங்காத அரியநாச்சி, "ஏப்பா... குருசாமி. சொல்லு, நீ வந்த விவரம் என்ன?" பதட்டத்தோடு கேட்டாள்.

கைவாக்கில் திண்ணையில் வைத்த கோழி முட்டைகள் உருண்டு கொண்டிருந்தன.

"ஒங்க தம்பி பாண்டி அய்யா அனுப்பிவிட்டாரு தாயி"

"பாண்டியா! என்ன சொல்லிவிட்டான்?"

குருசாமி தரையை பார்த்துக்கொண்டே, பேச தயங்கினான்.

"அடலேய்... சொல்லுடா. என்ன சொல்லிவிட்டான்?" அரட்டினாள்.

"ஓங்க தங்கச்சி மாயழகி ஆத்தாவை... பாண்டி அய்யா மச்சினன் கருப்பையாவுக்கு பேசி முடிக்கப் போறாகளாம். அதுனாலே... மாயழகி ஆத்தாவை பொண்ணுகேட்டு... வெள்ளாங்குளத்திலே இருந்து யாரும் வர வேண்டாம்னு சொல்லிட்டு வரச் சொன்னாரு தாயீ"

"எதூ!" அதிர்ந்து வாய் பிளந்தாள் அரியநாச்சி.

"'எழவு சொல்லிப் போற கொட்டுக்காரன்கிட்டே... ஒரு பொண்ணு காரியத்தை சொல்லி விடுறீகளே சாமீ! நான் போக மாட்டேன்னேன். 'போறயா... என்னடான்னு? அடிக்க வந்தாரு. தட்ட முடியாம வந்தேன் சாமீ" தலை கவிழ்ந்தே இருந்தான் குருசாமி.

இரண்டு கைகளையும் பின்னே ஊன்றி, சாய்ந்து அமர்ந்தாள் அரியநாச்சி.

சக்கரைத்தேவன் எதிர் திண்ணையில் உட்கார்ந்தான்.

"என்னத்தா... அரியநாச்சி! தம்பிக்காரன் குடுத்த மருவாதியிலே... மகுந்துபோயி இருக்கயாக்கும்! நான் நேத்தே சொல்லலே? பெரியாளுகளுக்கு மரியாதை கொடுக்கிறதிலே பெருநாழிக்காரன்ங்களை மிஞ்சினவன் யாரும் கெடையாதுன்னு. சொன்ன சொல்லு காத்துலெ கரையுமுன்னே நிரூபிச்சிட்டான் ஓந் தம்பி!"

கண்மூடி தலைகவிழ்ந்தாள் அரியநாச்சி.

"டேய்... குருசாமி! அந்த தரங்கெட்ட சின்னப்பயகிட்டே போய் சொல்லு. அவன் தங்கச்சியை இன்னைக்கு ராத்திரியோட ராத்திரியா... வீடு புகுந்து தூக்கிகொண்டு வந்து, ஏந்தம்பி சோலைக்கு கட்டிவைக்கப் போறேன்னு. முடிஞ்சா... தடுத்துப் பார்க்கச் சொல்லு. போ."

கொட்டுக்கார குருசாமி கும்பிட்டபடி எழுந்தான்.

7

‘ஆத்தாடீ... சமஞ்சிட்டேனே...!’

‘லோட்டா’ கடை, பகல்லெ டீக்கடை. சாயங்காலம் சாராயக்கடை.

பெருநாழி முளைக்கொட்டுத் திண்ணையில் இருந்து போகிற தெரு, மேற்கே போய் முடிகிற இடம், லோட்டா கடை.

லோட்டாவுக்கு அப்பன் ஆத்தா வச்ச பேரு... ‘பெரியசாமி’. பட்டப் பேரு... ‘லோட்டா’. அவன் தம்பி ‘சண்முகவேலு’. அவனுக்குப் பட்டப் பேரு ‘டம்மு’.

பெருநாழிக்குள்ளே பட்டப் பேரு இல்லாத பய இருக்கமாட்டான். நரிவேலு, நாறி, கீரைச்சட்டி, விஷக்குட்டை, புளிமூட்டை, குசுவினி, குளவித்தட்டு, கொடுக்கடி சின்னப் பிள்ளையிலெ மோண்டவரு... சிறகி மகன், வட்டி மஸா, வண்டிக்காளை இப்படி பல தோதுகளில் பட்டப் பேரு.

வெள்ளையத்தேவன் மகன் பாண்டிக்கு பட்டப் பேரு... ‘கொடுக்கடி’. யார் கிட்டேயும் அணைஞ்சு பேசமாட்டான். தேள் கொடுக்குமாதிரி... பட்டுபட்டுன்னு கொட்டுறவன் ‘கொடுக்கடி’.

அவன் பொண்டாட்டி குமராயிக்கு பட்டப் பேரு... 'குளவித் தட்டு'. அவகிட்டே பேச்சுக் கொடுத்தால்... குளவித் தட்டிலே கை வச்சமாதிரிதான்! 'வீய்... வீய்ய்'ன்னு ஆஞ்சுருவா ஆஞ்சு!

லோட்டா, சட்டை போட மாட்டான். கன்னங்கரேர்னு, வெறும் மேலுதான். தங்கச் சங்கிலி, வயித்துக்கு தொங்கும். இடுப்பிலே வேட்டி. வேட்டிக்கு மேலே 'பச்சை' பெல்ட். 'கொழும்பு' பெல்ட். டீக்கடை அடுப்புலெ ஈர விறகு புகையிற மாதிரியே... எப்பவும் வாயிலே புகையிற 'பூ' மார்க் பீடி.

கூரை டீக்கடை. விறகு அடுப்பு. ஆட்டுப் பால், எருமைப் பால் டீ. ரெண்டு காலும் ஒடிஞ்ச பெஞ்ச் பலகைக்கு, மணல் மூட்டையை முட்டுக் கொடுத்திருப்பான். காலையிலே சாயா குடிக்கிற கிளாஸ்லெதான் சாயங்காலம் சாராயம் குடிக்கிறதும்.

விடிஞ்சா... அடைஞ்சா... பெருநாழி இளவட்டங்களுக்கு லோட்டா டீக்கடைதான் தஞ்சம். எல்லாரும் ஒன்னுக்குள்ளேஒன்னு. கடைக்கு வந்ததும் லோட்டாவோட வாயைக் கிண்டுறதுதான் வேலை. மச்சான்மார் கிண்டி விடுவான்ங்க. அண்ணன், தம்பிமார் விழுந்து விழுந்து சிரிப்பான்ங்க.

"அடேய்... லோட்டா!"

"ஏன்டாப்பா... என்ன வேணும்?"

"என்ன வேணுமா? என்னமோ, நான் கேட்டதும் கழுத்திலெ கெடக்கிற சங்கிலியை கழத்திக் குடுக்கிறவன் மாதிரில்லெ கேக்குறே!"

"வாடா... ஏங்கர்ணப் பிரபு! காலையிலே குடிக்கிற சாயாவுக்கு கடன், சாயங்காலம் குடிக்கிற சாராயத்துக்கும் கடன் சொல்ற கடங்கோலிப் பய நீயி! ஏங்கழுத்துச் சங்கிலி ஓங்கண்ணை உறுத்துதாக்கும்டா?"

"அது சரிடா லோட்டா... சங்கிலி போடுறவன், சட்டை ஏன்டா போட மாட்டேங்கிறே!"

"அட கூறுகெட்ட பயலே! வேட்டி, சட்டைக்கெல்லாம் வெட்டிச் செலவு பண்ணக் கூடாதுடா. நம்ம குலதெய்வம் இருளப்பசாமியை பாரு... சட்டையா போட்டுருக்காரு?"

இளவட்டங்களின் கேலிப் பேச்சுகளில் கலந்துகொள்ளாத பெருசுகள், "டீக்கடைக்கு வந்தா... சிரிப்பும் கேலியுமா... பொழுது நல்லாதான்டா போகுது!" என்பார்கள்.

கடைக்குள் நுழையும் புளிமூட்டை, "என்னப்பா... எளவட்டங்களா! இன்னைக்கு ஆட்டுப் பாலா? எருமைப் பாலா?" கேட்டுக்கொண்டே வந்தான்.

"வந்துட்டான்டா... ரொக்கப் புள்ளி! ஒரு கையாலெ சாராயத்தை வாங்குனதும், மறு கையாலெ துட்டைத் தூக்கி எறியிற தாராளகாரன்!"

"நான் தாராளகாரன்தான். யாரு இல்லேன்டா? நேத்துக் குடிச்ச நாலு கிளாஸ் சாராயத்துக்கு, மேட்டுப் புஞ்சையை எழுதி தாரேன். இப்போ குடிக்கிற சாயாவுக்கு, தாவுப் புஞ்சையை எழுதி தாரேன். போதுமா?"

எல்லா இளவட்டங்களும் சிரித்தார்கள். லோட்டாவும் சேர்ந்து சிரித்தான்.

திடீரென, முளைக்கொட்டுத் திண்ணை பக்கமிருந்து சப்தம் கேட்டது.

"டேய்ய்... பெருநாழி எளவட்டங்க எல்லாம் கௌம்புங்கடா"

டீக்கடை பெஞ்சில் அமர்ந்திருந்த பெருசு கோவிந்தத்தேவர், சிரித்துப் பேசிக்கொண்டிருந்த இளவட்டங்களை கை அமர்த்தினார். "ஏய்... இருங்கப்பா... மொளைக்கொட்டுத் திண்ணையப் பக்கம் ஏதோ சத்தம் கேக்குது!"

இளவட்டங்களுக்குள் இருந்த கருப்பையா, "எங்க மச்சான் சத்தம்மாதிரி கேக்குது!" முதல் ஆளாய் கடையைவிட்டு வெளியே வந்தான்.

ஒவ்வொருவராய் வெளியேறிய இளவட்டங்கள், சப்தம் வந்த திசைப் பக்கம் நோக்கினார்கள்.

வேட்டியை தார்ப்பாய்ச்சி கட்டியிருந்த பாண்டி, கையில் வேல்கம்போடு, முளைக்கொட்டு திண்ணை முக்கில் நின்று தெரு வழியே கத்தினான்.

“எல்லா எளவட்டங்களும் அருவா, கம்போட கௌம்புங்கடா... இன்னைக்கு ரெண்டுலெ ஒன்னு பாத்துருவோம்.” தகித்துப் போய் நின்றான்.

கோவிந்தத்தேவரை முன்னேவிட்டு, இளவட்டங்கள் நடந்தார்கள். கருப்பையா மட்டும் ஓடினான்.

பாண்டி வீட்டுப் பக்கம்தான் முளைக்கொட்டுத் திண்ணை.

“அந்த வெள்ளாங்குளத்தானுக்கு எம்புட்டு தைரியம்!” சேலையை இடுப்பில் ஏத்திச் செருகிக்கொண்டு குமராயி ஓடிவந்தாள்.

வள்ளி அத்தை வீட்டுக்குள்ளிருந்து வேகமாய் நடந்துவந்தாள்.

அரைபாதி திறந்திருக்கும் தலைவாசல் கதவுக்குப் பின்னால் மறைந்திருக்கும் மாயழகியின் ஒற்றைக் கண், தெருவை பார்த்துக் கொண்டிருந்தது.

குமராயிக்கு அருகில் வந்த அடுத்த வீட்டுப் பெண் ஒருத்தி, “ஏன்டீ கொமராயீ ஏன்? என்னடீ?” என்றாள்.

“அந்த வெள்ளாங்கொளத்துச் சண்டியரு... ஏந்நாத்துனா மாயழகியை... செறை எடுக்க வர்றானாம். செறை!” என்றவள், தன் தம்பி கருப்பையாவை பார்த்து, “டேய் கருப்பையா... போய் கம்பெடுத்துட்டு வாடா” கண்ணைக் காட்டினாள்.

கருப்பையாவுடன் சேர்ந்து இளவட்டங்கள் எல்லாம் அவரவர் வீட்டுக்கு கம்பெடுக்க ஓடினார்கள்.

குமராயியின் தோளை தொட்ட வள்ளி அத்தை, “அடியேய்... கொமராயீ... இதெல்லாம் நல்லதுக்கு இல்லடீ! ஆம்பளை கையிலே பொம்பளை கம்பெடுத்துக் குடுத்துக் கலகம் பண்ணச் சொல்ற குடும்பமும் அழிஞ்சு போகும். கொலமும் அழிஞ்சு போகும். சொன்னா கேளுடீ” கெஞ்சினாள்.

வள்ளி அத்தையின் கையை தட்டிவிட்ட குமராயி, “போ சின்னத்தா... நீ ஒரு திக்கம். மானம் மருவாதிபோன பெறகு, மனுசக் கழுதைக்கு உசுரு தேவையாக்கும் உசுரு?” தோளைக் குலுக்கினாள்.

அருகே வந்த கோவிந்தத்தேவர், "ஏய் பாண்டி என்னடா?" என்றார்.

கோவிந்தத்தேவருக்கு பக்கம்போன வள்ளி அத்தை, "எண்ணேன்... கோவிந்தண்ணேன்... நீங்களாவது சொல்லுங்கண்ணேன். வேண்டாம்னு சொல்லுங்கண்ணேன்" கையேந்தினாள்.

பாண்டிக்கு நேராக போய் நின்ற கோவிந்தத்தேவர், "டேய்... பாண்டி. என்னத்துக்காக இப்பிடி வரிஞ்சு கட்டிக்கிட்டு வந்து நிக்கிறே!" என்றார்.

"பெருநாழிக்காரன்ங்களை அவத்தப் பயன்னு நெனச்சுட்டான்!"

"யாரு?"

"வெள்ளாங்கொளத்தான் தான்!"

"வெள்ளாங்கொளத்தான்னா... ஒங்க அக்கா புருசனா?"

"சும்மா இருங்க சின்னய்யா. அக்கா புருசனாவது... தங்கச்சி புருசனாவது... எம்புட்டு நெஞ்சுத் தைரியம் இருந்தா... ஊருவிட்டு ஊருவந்து ஏந்தங்கச்சி மாயழகிப் பிள்ளையை, வீடு புகுந்து தூக்கிட்டுப் போவேன்னு சொல்லி இருப்பான்!"

அரிவாள், வேல்க்கம்புகளோடு வந்து சுற்றிநின்ற இளவட்டங்கள் ஒருவர் முகத்தை ஒருவர் பார்த்தனர்.

"யாருகிட்டே சொல்லிவிட்டானாம்?"

"அந்தா நிக்கிறான் பாருங்க" கைகாட்டிய திசையில் கொட்டுக்கார குருசாமி நின்றான். "அவன்ங்கிட்டேதான்"

"அடேய் விடுர்றா, ஏதோ கோபத்திலே சொல்லியிருப்பான். அதுக்காக... எளவட்டங்களை தெரட்டிக்கிட்டு ஊருவிட்டு ஊரு கலகத்துக்கு போவியாக்கும்! ஓம்புத்தி ஏன்டா! இப்பிடி ஓடுது? ஒங்கக்காக்காரி ஒருத்தி அங்கே குப்பை கொட்டிக்கிட்டு இருக்காங்கிறதை மறந்துட்டியா?"

பாண்டியிடம் பேசிக்கொண்டிருக்கும்போதே, குமராயி குறுக்கே பேசினாள். "அக்காக்காரிதான்... அம்புட்டுக்கும் காரணம்..."

கோவிந்தத்தேவருக்கு 'பளீ'ரென கோபம் வந்தது. "அடி செருப்பாலே. இம்புட்டுக்கும் காரணம்... நீதான்னு நான் சொல்லுவேன்."

"நீங்க என்னம்மான்... என்னைய திருப்புறீக!"

எல்லாவற்றையும் கதவு மறைவில் நின்று மாயழகி பார்த்துக்கொண்டிருந்தாள்.

"அப்புறமென்ன? தந் தங்கச்சியை... தங்கொழுந்தனுக்கு கட்டி வைக்கணும்னு அரியநாச்சி ஆசைப் படுது. ஓங்களுக்கு குடுக்கப் பிரியமில்லேன்னா... மொறைப்படி சொல்லி விட்டுட்டு... அடுத்து ஆக வேண்டியதை பாக்க வேண்டியதுதானே?"

"சொல்லி விட்டேன்லே?" என்றான் பாண்டி.

"யார் மூலமா சொல்லிவிட்டே? எழவு சொல்லிப் போற ஒரு கொட்டுக்காரன்கிட்டே சொல்லிவிட்டா... யாருக்கும் கோபம் வரத்தான்டா செய்யும்" என்றவர், "ஆப்பநாடே கையெடுத்துக் கும்பிடுற வெள்ளாங்குளம் சக்கரைத்தேவன்தான்... உன் வீட்டு மூத்த மாப்பிள்ளை. கோவப்படத்தான் செய்வான். தப்பு ஓம்பேர்லெதான்" ஓங்கிச் சொன்னார்.

"இப்போ... என்ன பண்ணலாம்றீங்க?" இறங்கினான் பாண்டி.

சுரத்து இறங்கிய புருசனை பார்த்து, "இதுக்குத்தான் கம்பெடுத்துட்டு வந்தீகளாக்கும்!" முகத்தைக் கோண வழித்தாள் குமராயி.

அடிக்க கை ஓங்கினான் பாண்டி.

"ஓமலூ உங்க வீரத்தை ஏங்கிட்டெதான் காட்டுவீக! நல்ல ஆம்பளை... வெள்ளாங்குளத்திலே போயி வீரத்தை காட்டுங்களேன்!"

குமராயியின் பிடறியில் ஓங்கி அறைந்தான் பாண்டி. "பேசிக்கிட்டு இருக்கோம்லே! ஊடே ஊடே நீ ஏன் பேசுறே?"

கோவிந்தத்தேவரை பார்த்து, "சொல்லுங்க சின்னையா" என்றான்.

"மாயழகிப் பிள்ளைய ஓம்மச்சினன் கருப்பையாவுக்கு கட்டி வைக்கணும்னா... சாதி சனத்தைக் கூட்டி... நாளைக்கே பருசத்தை போட்டு வையி. நாளை வெள்ளிக்கிழமை. வளர்பிறை. நல்ல நாள்தான்."

அப்படியே இளவட்டங்கள் பக்கம் திரும்பிய கோவிந்தத்தேவர், "ஆ... ஊஞ்ன்னா... அருவா கம்பை தூக்கிற வேண்டியது. போங்கடா... வெட்டிப் பயலுகளா" அதட்டினார்.

இளவட்டங்கள் கலைந்தார்கள்.

கதவிடுக்கில் கண்ணீர் ஓட, நெஞ்சு முட்டி அழுதாள் மாயழகி.

'அக்கா... எக்கா!'

வள்ளி அத்தைக்கு மனசு குமைகிற போதெல்லாம், பக்கத்துவீட்டு மீனாவை தேடிவந்துதான் ஆற்றுவாள். குழந்தைக்கு சோறு ஊட்டிக்கொண்டிருந்த மீனாவை பார்க்காமலே தன் போக்கில் புலம்பிக் கொண்டிருந்தாள்.

"மாயழகியை பெத்துப் போட்டதும் அவுக ஆத்தா செத்துப் போச்சு. அப்போ, அரியநாச்சிக்கு ஆறு வயசு. தாயில்லாத கவலை, தன்னோட போகட்டும். தங்கச்சி மயங்கிறக் கூடாதுன்னு இடுப்பை விட்டு இறக்கிவிடாம தூக்கிட்டு திரிஞ்சாள்."

மீனா, வள்ளி அத்தையையே பார்த்துக்கொண்டிருந்தாள்.

"பொண்ணுக சமஞ்சா சந்தோசப்படுவாளுக. ஆனா சமஞ்ச அன்னைக்கு அரியநாச்சி அழுத அழுகை கொஞ்சமில்லே! 'ஆத்தாடீ சமஞ்சிட்டேனே! எவனுக்காவது கட்டிக்குடுத்து வீட்டைவிட்டு அனுப்பீருவான்ங்களே! ஏந்தங்கச்சிய விட்டுப் பிரியணுமேன்னு, பொங்கி பொங்கி அழுதாள். அந்த அரியநாச்சியை தள்ளி வச்சுட்டு மாயழகிக்கு பருசத்தை போடுறானே பாண்டிப் பய... அவ மனசு என்ன பாடுபடும்!" முந்தானையால் முகத்தை மூடி அழுதாள்.

●

8

பரிசம்

கேசவனையும் கருப்பையாவையும் மட்டும் முளைக்கொட்டுத் திண்ணைப் பக்கம் வரச் சொல்லி இருந்தான் பாண்டி.

வந்து காத்திருந்த ரெண்டு பேருமே, 'மச்சான் எதுக்கு வரச் சொன்னாரு?' என ஒருவர் முகத்தை ஒருவர் பார்த்துக்கொண்டு நின்றார்கள்.

கேசவன், பீடியை வாயில்வைத்து சுண்டி இழுத்துக்கொண்டே சொன்னான். "வெள்ளாங்குளத்தான்ங்க என்ன அம்புட்டுப் பெரிய தாட்டியன்ங்களா! ஊருவிட்டு ஊருவந்து... வீடு புகுந்து நம்ம பொண்ணைத் தூக்கீருவான்ங்களாக்கும்? பெருநாழிக்காரன் என்ன அவத்தைப் பயலுகளா? கொலை பலி ஆகிப் போகாது?"

கருப்பையா பதில் பேசாமல் பாதையையே பார்த்துக்கொண்டிருந்தான்.

"அவன்ங்களுக்கு பதறிக்கிட்டு... இன்னைக்கே பருசம்போட்டு நிச்சயம் பண்ணணுமாக்கும்? பாண்டி மச்சான் ஏன் அவசரப்படுறாரு!" பீடி புகையை உயரே ஊதிவிட்டான் கேசவன்.

கருப்பையாவின் முகம் இறுகிப்போய் இருந்தது. பார்த்துக்கொண்டிருந்த பாதை வழியே பாண்டி வருவதைக் கண்டதும், 'மச்சான் வர்றாரு...' வாய்க்குள் பேசினான்.

புகைந்த பீடியை அவசரமாய் காலில்போட்டு மிதித்த கேசவன், தலைப்பாகை கட்டை அவிழ்த்து, துண்டை உதறி தோளில் போட்டான்.

"பாண்டி மச்சான் மொகத்திலே... எப்போ பார்த்தாலும் எள்ளும் கொள்ளும் வெடிக்கத் தான்ப்பா செய்யுது... ஏன் இப்பிடி இருக்கார்னே... தெரியலே. பரபரன்னுதான் அலை யிறாரு!" கவிழ்ந்தவாக்கில் கருப்பையாவுக்கு மட்டும் கேட்கும்படி சொன்னான் கேசவன். நெருங்கி வந்துவிட்ட பாண்டி, ஜாடைமாடையாக கருப்பையாவை கண் கோதிவிட்டு, கேசவனை பார்த்து, "டேய்... மாப்பிளே! கொட்டுக்கார குருசாமிகிட்டே... அந்த வெள்ளாங்கொளத்தான் சொல்லிவிட்டதைக் கேட்டியா?" எனச் சொல்லி முடிக்கும் முன் குறுக்கே பேசினான் கேசவன்.

"அட விடுங்க மச்சான். சக்கரை அண்ணேன்... ஏதோ... கோவத்திலே சொல்லி இருப்பாரு."

கேட்டதும் பாண்டிக்கு பலியாய் கோபம் வந்தது. "ஏன்டா... என்னடா... அண்ணேன்... ணொண்ணேன்? வீடு புகுந்து நம்ம பொண்ணை தூக்கணும்ன்னு சொல்லி இருக்கான்! எம்புட்டு நெஞ்சழுத்தம் அவனுக்கு!"

தலைகவிழ்ந்து தரையைப் பார்த்தான் கேசவன்.

கிட்டே வந்து கேசவனின் தோளைத் தொட்ட பாண்டி, "வெள்ளாங்குளத்தான் லேசுப்பட்ட ஆளுக இல்லை மாப்ளே. கிசும்பு பிடிச்சவன்ங்க. ஆப்பநாட்டுலேயே... அவன்ங்க கொடி மட்டும்தான் பறக்கணும்னு நெனைப்பான்ங்க" முளைக்கொட்டுத் திண்ணையில் தாவி ஏறி அமர்ந்தான்.

கேசவனும் கருப்பையாவும் பாண்டியின் வாயையே பார்த்தவாறு நின்றுகொண்டிருந்தார்கள்.

"ஏஞ்... சின்னவயசுலெ... ரெண்டு ஊருக்கும் ஒரு பெரிய கலகம் நடந்தது. பெருநாழி கடைத் தெருவுலெ, கம்பத்துப்பிள்ளை

ஓட்டலுக்கு முன்னாடி. ஊருவிட்டு ஊருவந்து, நாடார் பேட்டை யிலே நின்னுக்கிட்டு, 'அடேய்... வாங்கடா... வாங்கடான்னு நம்ம ஆளுகளை வம்புக்கிழுத்து வெள்ளை வீசுறாய்ன்ங்க. இவன் விடுவானா? ரெண்டு ஊருக்காரனும் அருவா கம்போட மோதுறான்ங்க. 'சதக்' 'சதக்'னு வெட்டு விழுகுது. ஒரே ரத்தக்காடு! மூணு கொலை ஆகிப்போச்சு. அங்கிட்டு ரெண்டு. இங்கிட்டு ஒன்னு."

கருப்பையாவும் கேசவனும் அகல கண் திறந்தார்கள்.

"அந்த நேரம், எங்கய்யா வெள்ளையத்தேவனும் நம்ம கோவிந்தச் சின்னையாவும் நல்ல வாலிபம். சிலம்பு வஸ்தாவிகள். ரெண்டு பேரும்தான் அவன்ங்க கூட்டத்தையே கொம்பு சுத்தி அடிச்ச ஆளுக!"

கேசவன் எச்சிலை விழுங்கினான்.

"அப்புறம் கோர்ட்டு, கேஸுன்னு அலைஞ்சு தவிச்சுப் போனாய்ன்ங்க. காலப்போக்கிலே அதை எல்லாம் நம்ம மறந்துட்டோம். ஆனால் அவன்ங்க இன்னும் மறக்கலெ. நெஞ்சோரமா... பகையை ஒதுக்கி வச்சுக்கிட்டே இருக்கான்ங்க."

"அப்புறம் எப்பிடி மச்சான்... ரெண்டு ஊருக்கும் இத்தனை சம்மந்தஞ்சாவடி ஆச்சு?"

"என்ன செய்யிறது? எல்லாம் ஒன்னுக்குள்ளே ஒன்னு. சொந்தம். எங்க ஆத்தா பொறந்தது... வெள்ளாங்குளம். எங்கப்பன் கூடப் பொறந்த அய்த்த வாக்கப்பட்டதும் வெள்ளாங்குளம்." தலைகவிழ்ந்து கண்களை மூடினான் பாண்டி.

"இதே... சக்கரைத்தேவரு யாரு? ஏந்தாய் மாமன் மகன். எங்கக்கா அரியநாச்சிதான் அவருக்கு மாப்பிள்ளைக்காரி. அந்த முறைக்குதான் அங்கே வாக்கப்பட்டு போச்சு. இந்த ஊருப் பொண்ணுக... அந்த ஊர்லெயும் அந்த ஊருப் பொண்ணுக... இந்த ஊர்லெயும் வாக்கப்பட்டுருக்கு. எத்தனை சம்மந்தஞ் சாவடி ஆகி இருந்தாலும், அவன்ங்களுக்கு நம்மபேர்லே ஒரு பகை இருந்துக்கிட்டே இருக்கு." நிறுத்தினான்.

“இன்னைக்கு ராத்திரி, நம்மளை மக்கட்டத்தனம் பண்ணணும்னே கட்டாயம் பெருநாழிக்குள்ளே வருவான்ங்க.”

“வந்தூ... என்ன பண்ணுவாய்ன்ங்க?”

“என்ன... பண்ணுவாய்ன்ங்களா? நாம ஊரு கூடி என் வீட்டிலே பருசம் போட்டுக்கிட்டு இருப்போம். அவய்ன்ங்க... கம்பு அருவாளோட வந்து கலகம் பண்ணுவாய்ன்ங்க. அவன்ங்களை ஊருக்குள்ளே நுழைய விட்டுட்டோம்னா... அப்புறம் நம்ம யாரும், ‘நானும் ஆம்பளை’ன்னு... இடுப்பிலே வேட்டி கட்டித் திரியிறதிலே அர்த்தம் இல்லை.”

கருப்பையாவும் கேசவனும் பார்த்துக்கொண்டார்கள்.

“இப்போ என்ன மச்சான் பண்ணணும்?”

“நான் சொல்றதை நல்லா கேட்டுக்கோங்க. நாங்க பெரியாளுக கூடி வீட்டிலே பருசத்தை போடுறோம். நீங்க எளவட்டங்க வலுவான ஆயுதங்களோட பதுங்கி, வெள்ளாங்குளம் வண்டிப் பாதையை கண்காணிக்கணும். பொழுது இருட்டுனப் பெறகு, அந்தப் பாதையிலே எவன் வந்தாலும் மடக்குங்க.”

“நடந்தெல்லாம் வர மாட்டான்ங்க. வண்டி கட்டிதான் வருவான்ங்க.”

“எப்பிடி வந்தாலும் சரி. எவனும் ஊர் எல்லையை தாண்டி உள்ளே வரக்கூடாது. போட்டுத் தள்ளுங்க.” திண்ணையைவிட்டு குதித்து இறங்கிய பாண்டி, கேசவனைப் பார்த்து, “எல்லா வீட்டிலேயும் அருவா, கம்புக கெடக்குதில்லே?” என்றான்.

“அருவா... கம்புகளுக்கா பஞ்சம்? நாலு ஊரை அடிக்கலாம்.”

“முழிப்பா இருக்கணும்ப்பா... நம்ம கைதான் முந்தணும்” என்றபடி வீட்டை நோக்கி நடந்தான்.

பாண்டி நடந்து போவதையே பார்த்துக்கொண்டிருந்த இருவரும் ஒன்னு சொன்னமாதிரி திரும்பி ஒருவரை ஒருவர் பார்த்தார்கள்.

“அது சரி. ஏன்டா... கேசவா...! ராத்திரி நான் எங்கே இருக்குறது?” என்றான் கருப்பையா.

கட்டிலிருந்து ஒரு பீடியை உருவி வாயில்வைத்த கேசவன், "இதென்ன கேள்வி? பொண்ணுக்குப் பருசம்போட்டு நிச்சயம் பண்ணப் போற மாப்பிள்ளை நீயி! பருசம்போடுற இடத்திலேதான் இருக்கணும். நீ அந்த வேலையை பாரு. நான் போயி எளவட்டங்களை கௌப்புறேன்" பற்றவைத்தான்.

குமரிகளெல்லாம் மாயழகியைச் சுற்றி அமர்ந்திருந்தார்கள். மாயழகி வீட்டு முற்றத்தில் கிடந்த நாலைந்து பெஞ்ச் பலகையில் பெரிய ஆம்பளைகள் உட்கார்ந்திருந்தார்கள். தாழ்வாரத்து விளக்கு வெளிச்சத்தில் பொம்பளைகள் கூட்டம்.

முற்றத்து மையத்தில் விரிக்கப்பட்டிருந்த புது ஜமுக்காளத்தில் தட்டு, தாம்பாளங்கள் நிறைந்திருந்தன.

ஒரு தட்டில் பரிச சேலை, ரவிக்கை. ஒரு தட்டில் உள் பாடி, உள் பாவாடை. ஒவ்வொரு தட்டு, தாம்பாளத்திலும் மஞ்சள் கிழங்கு, சந்தனம், குங்கும டப்பா, வாசனை சோப்பு, சோப்பு டப்பா, சீப்பு, முகம் பாக்குற கண்ணாடி, பவுடர் டப்பா, கண்மை டப்பி, வளையல், ரிப்பன், ஜடைக் குஞ்சம்.

கொஞ்சம் பெரிய தாம்பாளங்களில் வாழைப் பழம், மாம்பழம், பேரிக்காய், பேரீச்சம் பழம், கல்கண்டு, கருப்பட்டி வட்டு, வெத்தலைக் கட்டு, கொட்டப் பாக்கு. வண்ணப் பெட்டியில் நிறை மரக்கால் அரிசி, ஓலைக் கொட்டானில் உப்பு.

பரப்பி இருந்த பரிசப் பொருட்களுக்கு முன்னே, கிழக்கே பார்த்து சம்மணமிட்டு அமர்ந்திருந்தார் கோவிந்தத்தேவர். வெளுத்த வேட்டி, முழுக்கை சட்டை, கழுத்திலே காக்காப் பட்டுத்துண்டு.

தாழ்வாரத்து பொம்பளைகள் பேசிக்கொண்டார்கள்.

"கூடப் பெறந்த ஒத்தப் பிறவி... அரியநாச்சி! அவளை தள்ளி வச்சுட்டு... அப்பிடி என்ன அவசரமா பருசம் போடனும்னு!"

"மாயழகி என்ன சொல்றாள்?"

"அந்தப் பிள்ளை என்ன சொல்லப் போகுது? பாவம்... வாயே தெறக்கலே. அப்பன், ஆத்தா இல்லாம வளர்ந்த

புள்ளை. வள்ளி ஒருத்தி இல்லேன்னா எப்பவோ செத்துச் சுண்ணாம்பாயிருக்கும்.”

“ஒரு பொம்பளைப் புள்ளையை பகடைக் காயா வச்சில்லே இம்புட்டுக் காரியமும் நடக்குது!”

“இந்தா... இங்கே ஒருத்தி இருக்காள்லெ... குடும்பம் கழக்கி குமராயி! எல்லாம் அவள் மூப்புதான். ஆட்டமா... ஆடுறாத்தா!”

“வெள்ளாங்குளத்து சக்கரை இருக்கானே... அப்பிடி ஒரு பாசக்காரன்! மனுச மக்களோட தரம் தெரிஞ்ச ஆளு. தர்மப் பிரபு. அவன் சொல்லுக்கு ஆப்ப நாடே கட்டுப்படுது! இந்த தரங்கெட்ட நாயி... அவனை ஒதுக்கி வச்சுட்டு இப்பிடி ஒரு காரியம் பண்ணுது.”

“சக்கரை தானே... இந்த வீட்டுக்கு மூத்த மாப்பிள்ளை? அவன் மூக்கை அறுக்கிறமாதிரி இந்தக் காரியம் நடந்தால்... கோவப்படத்தானே செய்வான்?”

“வெள்ளாங்குளம் சக்கரை... மனுசருக்குதான் மனுசன். அவனும் வெள்ளையத்தேவன் மருமகன் தானே? விடுவானாக்கும்? இப்போ வந்து, வீடு புகுந்து மாயழகியை தூக்கிட்டு போகத்தான் போறான் பாரு.”

“அடியேய்! மெதுவா பேசுடீ. கொமராயி காதுலெ விழுந்தா... ஆஞ்சிருவா...”

“ஏங்கிட்டே வாக்கு குடுத்தாளாக்கும்... தலைமயித்தை அறுத்துப்புடுவேன் அறுத்து.”

கோவிந்தத்தேவர், பொம்பளைகள் பக்கம் திரும்பி சத்தம் போட்டார். “ஏம்மா! பேச்சைக் குறைங்கம்மா.”

வெள்ளாங்குளம் வண்டிப் பாதை புதர்களுக்குள், கேசவனோடு சேர்ந்து பெருநாழி இளவட்டங்கள் பதுங்கியிருந்தார்கள். நிலா வெளிச்சத்தில் வெகுதூரம்வரை துலங்கத் தெரிந்த வண்டித் தடத்திலேயே எல்லோர் கண்களும் பதிந்திருந்தன. பீடியை பற்றவைக்க தீக்குச்சியை உரசிய கள்ளராமனின் கையில் ஓங்கி அறைந்தான் கேசவன். “கூட்டத்தை காட்டிக் குடுக்க நீ ஒருத்தன் போதும்டா!”

"நீ என்னப்பா... ஒரு பீடியை பத்தவைக்க விடமாட்டேங்கிறே!" என்ற கள்ளராமன், மறுபக்கம் திரும்பி, நெருப்பு தெரியாமல் உள்ளங்கைக்குள் உரசி பற்றவைத்தான்.

பதுங்கியிருந்த இளவட்டங்களின் கைவாக்கில் வேல்கம்பு, அரிவாள், குத்துக் கம்புகள் கிடந்தன. கைகள் துறுதுறுக்க முனகினார்கள். 'வெள்ளாங்குளத்தான்ங்க வந்தால்... வெட்டிச் சரிச்சிற வேண்டியதுதான்.'

குமரிகளுக்குள் அமர்ந்திருந்த மாயழகி, கவிழ்ந்தபடி தொண்டைக் குழிக்குள் அழுதுகொண்டிருந்தாள். யார்கிட்டேயும் ஒரு வார்த்தை பேசலெ. பெரிய மனுஷிகள் சமாதானம் பண்ணியும் அழுகை நிக்கலெ.

முற்றத்திலிருந்து உள் வீட்டைப் பார்த்து கோவிந்தத்தேவர் கத்தினார்.

"ஏமா... பொண்ணைக் கூட்டிக்கிட்டு வாங்கம்மா"

உள் வீட்டுக்குள்ளிருந்து சோலையம்மா கிழவி கத்தினாள்.

"மாயழகிப் பிள்ளை வர மாட்டேங்குது."

●

9

தீண்டாத மேனி..! தீராத தாபம்..!

உள் வீட்டுக்குள்ளிருந்து, "மாயழகிப் பிள்ளை வர மாட்டேங்குது," என சோலையம்மா கிழவி கத்தியது, முற்றத்தில் கூடியிருந்த பெரிய ஆம்பளைகள் காதில் விழவில்லை.

சோலையம்மா கிழவியின் முதுகில், உள்ளங்கை விரித்து ஓங்கி அறைந்தாள் ஒரு கிழவி. "பொறுவேன்... நீ ஏன் 'உஸ்ஸ்' காட்டி விடுறே? ஆம்பளைகளுக்கு தெரிஞ்சா... என்னமோ ஏதோன்னு பதறப் போறாங்க."

கூட்டாளிக் குமரிகள், பெரிய பொம்பளைகள் எல்லாம் எம்புட்டு சொல்லியும் அலங்காரம் பண்ணிக்கொள்ள மாயழகி அசைந்து கொடுக்கவில்லை.

மாயழகியை நெருக்கி அமர்ந்த சோலையம்மா, "ஏத்தே... மாயழகி, ஏன்... கருப்பையா பயலுக்கு வாக்கப்பட பிரியமில்லையா ஒனக்கு?" முதுகை தடவினாள்.

குத்துக்கண் பார்வையோடு, உதடு பிரிக்காமல் அமர்ந்திருந்தாள் மாயழகி.

"இதென்னடீ... கூத்தாயிருக்கு! வாயை தெறக்க மாட்டேங்கிறாள்!"

சோலையம்மா, "வள்ளியை எங்கடீ காணோம்?" என்றதும் எல்லா பெண்களும் உட்கார்ந்தவாக்கில் வீடு முழுக்க பார்வையை அலையவிட்டார்கள்.

பரிசம் போடுற வீட்டுக்குள்ளே ஊர்கூடிக் கெடக்கு. வள்ளி அத்தையை காணோம்.

வெள்ளாங்குளம் சுடுகாடு. பௌர்ணமி நிலா வெளிச்சம். தரைக்குடி உமையம்மன் கோவில் திருவிழா எருதுகட்டில் குத்துப்பட்டுச் செத்துப்போன ராமசாமித்தேவனை புதைத்த இடம்... சுடுகாட்டுக்கு கிழக்கு ஓரம்.

சக்கரைத்தேவனின் அப்பன் கூடப்பிறந்த சித்தப்பன் ராமசாமித்தேவன். வேல்கம்பிலே வெளக்கெண்ணையை போட்டு உருவினமாதிரி உடம்புக்கட்டு. கிழக்கே செவக்கிற வானத்திலே இருந்து கிளம்பி வர்ற சூரியன் மாதிரி, ஒளி அடிக்கிற சிரிச்ச முகம்.

ஆப்பநாட்டுக்குள்ளே எங்கே எருதுகட்டு நடந்தாலும் சரி. எருதுகட்டு காளைக்கு பாக்கு வைக்கிறமாதிரி, ராமசாமித்தேவனுக்கும் பாக்கு வச்சு அழைக்கிறது நாட்டு வழக்கம். விளையாட வர்ற வெளியூர் காளைகள், வந்த இடத்திலே பிடிபடாமல் போச்சுன்னா... அந்த ஊருக்கு அவமானம். ஊர் மானம் தப்பணும்னா... மாடு பிடிக்க ராமசாமித்தேவன் இறங்கணும். அவன் பிடிக்கு அணையாத காளை கிடையாது.

ஒரு வருசம், பெருநாழி எருதுகட்டிலே, கருமல் கிராமத்து காளை ராமு, பிடிபடாமல் எட்டு, ஒன்பது சுத்து சுத்தி வருது. வடத்து மேலேயே வருது. வடம் பிடிக்கிற விடலைப் பயலுக, வடத்தை கீழே போட்டுட்டு தப்பிச்சோம்... பொழச்சோம்ஞ்னு ஓடுறான்ங்க. பிடிக்கப்போற அத்தனை எளவட்டங்களையும் தூக்கி தூக்கி எறியுது.

பெருநாழிக்கு வந்த காளை பிடிபடலேன்னா... ஊருக்கு கேவலமேன்னு... விழாக் கமிட்டியார் பதர்றாங்க. சுத்தி நின்னு வேடிக்கை பார்க்கிற சனங்க தகிச்சுப்போய் நிக்குது. எல்லா கண்ணுகளும் ராமசாமித்தேவன்மேலேதான்.

அலுங்காமல் சிரிச்சுக்கிட்டே, “விடுங்கப்பா... விளையாடட்டும். இப்பிடிப்பட்ட காளையை எல்லாம், விளையாடவிட்டு பாக்கணும். உள்ளே நுழைஞ்சதும் மடக்கக்கூடாது” என்றபடி, கருமல் ராமுவை நல்லா விளையாடவிட்டான். சனம் நிலை கொள்ளாமல் தவிக்குது.

எருதுகட்டு நடக்கிற ஊர்க் குமரிகள், ராமசாமித்தேவன் விளையாட்டை பார்க்கணும்ன்னே கூடுவாளுக. குமரிகளோடு குமரியாய் கூட்டத்துக்குள் வள்ளியும் நிற்கிறாள்.

உள்ளூர் குமரிப் பொண்ணுகளுக்கு ராமசாமித்தேவன்மேலே ஒரு கண்ணு, வள்ளிமேலே ஒரு கண்ணு. வள்ளிக்கு ராமசாமித்தேவன்மேலேயே ரெண்டு கண்ணும்.

கூடி நிற்கிற முறைகாரக் குமரிகளுக்கு எல்லாம், ராமசாமித்தேவனுக்கு கழுத்தை நீட்ட ஆசைதான். ஆனால்... பெருநாழி அய்த்த மகள் வள்ளி மட்டும்தான் ராமசாமித்தேவன் மனசுலே சம்மணம்போட்டு இருக்கிறவள்.

கருமல் காளை, ‘சீத்த்’ போட்டு மைதானத்தைச் சுத்தி வருது. எட்டுச் சுத்து ஒன்பதாவது சுத்துலே... ஒத்தையிலே போய் கொம்புலெ விழுந்தான் ராமசாமித்தேவன். கருமல் ராமு, குதி குதின்னு குதிக்குது. கொம்புலெ தூக்கிவச்சுக்கிட்டே உலுப்புது. ம்ஹூம். ராமசாமித்தேவன் பிடியை விடலே. காளை நல்லா குதிச்சு தவிக்கவும், தன் கால்களால், காளையின் முன்னத்திங் கால்களை பின்னி விழுத்தாட்டினான். எங்கும் பிடிபடாமல் சுத்தி வந்த கருமல் காளை ராமு, ராமசாமித்தேவன் பிடியிலே சரிஞ்சது.

சனமெல்லாம் தரையைவிட்டு காத்துலெ தாவுது. ஊரே அதிர விசில் பறக்குது. மாடு பிடிக்கவந்த இளவட்டங்கள் எல்லாம் ராமசாமித்தேவனை தலைக்குமேலே தூக்கி வச்சுக்கிட்டு குதிக்கிறான்ங்க. எதையுமே பெருசா எடுத்துக்கொள்ளாத ராமசாமித்தேவன் கண்ணு, கூட்டத்துக்குள்ளே வள்ளியை தேடுது.

சனத்துக்குள்ளே நிற்கிற வள்ளிக்கு, சந்தோசத்திலே அழுகை முட்டுது. வீட்டைப் பார்த்து தெரு வழியே ஓடுறாள். நுழைஞ்சு

கதவை பூட்டிக்கிட்டு மூசுமூசுன்னு அழுகிறாள். எவளுக்கு கிடைப்பான் இப்பிடிப்பட்ட ஒரு வீரன்!

வள்ளி பூரிச்சுப்போய் இருந்தாள். ஆப்பநாடே கண்ணுவைக்கிற அழகன்; ஆத்தா கூடப்பொறந்த அம்மான் மகன்... ராமசாமித்தேவன் மனசிலே நம்ம மட்டுந்தான் இருக்கோம்ங்கிற பூரிப்பு.

தங்கச்சி மனசிலே இருக்கிற ஆசையைக் கண்டுகொண்ட வெள்ளையத்தேவன், வெள்ளாங்குளத்துக்கு தாக்கல் சொல்லிவிட்டார்.

வைகாசி மாதம் ரெண்டு பேருக்கும் கல்யாணம் பேசி நிச்சயதார்த்தம் முடியுது. ஆவணி கடைசியிலே தாலிகட்டுக்கு தேதி குறிச்சாச்சு. கல்யாணத்துக்கு முந்தின புதன்கிழமை தரைக்குடி உமையம்மன் கோவில் எருதுகட்டு. மாடு பிடிக்கப்போன ராமசாமித்தேவன், குத்துப்பட்டுச் செத்துப்போனான்.

வள்ளிகிட்டே, சொந்தம் சுருத்து, சாதிசனம் எவ்வளவோ சொல்லி பார்த்துச்சு. "அடியேய்... வள்ளி! ராமசாமித்தேவன் என்ன உன் கழுத்திலே தாலியா கட்டிட்டான்? ஏதோ... அவன் விதி! பருசம்போட்டதோட செத்துப்போனான். உனக்கு ஒரு துணை வேணாமா? ஒரு மச்சான் கொழுந்தனை பார்த்து வாக்கப்பட்டு போ"

ம்ஹூம். 'இன்னொருத்தன் தாலிக்கு என் கழுத்து நீளாதுன்னு' ஒரே குலுக்கா குலுக்கிட்டாள். இருபத்தஞ்சு வருசம். கன்னிகழியாமலே காலம் போயிருச்சு. ஒவ்வொரு பௌர்ணமி அன்னைக்கும் யாருக்கும் தெரியாமல் பெருநாழி யிலிருந்து கிளம்பி வெள்ளாங்குளம் சுடுகாட்டுக்கு வருவாள்.

இன்று பௌர்ணமி.

பெருநாழி வெள்ளாங்குளம் வண்டிப் பாதையில், ஒத்தை யிலே நடந்து வந்துகொண்டிருந்தாள் வள்ளி அத்தை.

வாழ்க்கைப்படாமலே வாழாவெட்டி ஆன வள்ளி அத்தை, பச்சை நிற பட்டுச் சேலை கட்டி, மணக் கோலத்திலிருந்தாள். கழுத்தில் தாலி தொங்கியது. நெற்றியில், கோழிக் கண்ணளவு குங்குமம். தலை நிறைய மல்லிகை பூ.

ஒரு புஞ்சைக் கடப்பில் இருக்கும் சுடுகாட்டை நெருங்க நெருங்க... வள்ளி அத்தையின் நெஞ்சுக்குள்ளே அழுகை பொங்குது.

"ஏஞ்சாமி! என்னை தவிக்க விட்டுட்டுப் போயிட்டியே... அய்யா!"

ஒப்பாரி வைத்தவாறு, ராமசாமித்தேவனை புதைத்த இடத்தில் மண்டிபோட்டு அழுதாள்.

"ஒருநாள் ஒரு பொழுதுகூட... ஓங்கூட நான் வாழலையே... எஞ்சிங்கம்!"

"ஓந்தேக்கு ஒடம்பை, தீண்டக்குடுத்து வைக்கலையே எனக்கு!"

"கட்டுப்படாமலே கன்னி காக்க வச்சிட்டியே சாமீ!"

"ஏந்துயரம், ஊரறியுமா உலகறியுமா? உன்னைத் தவிர யாருக்குத் தெரியும்?"

"கண் அவிஞ்ச தெய்வம் ஏங்கழுத்துத் தாலியை பறிச்சிருச்சே!" கழுத்தில்கிடந்த மஞ்சள் கயிற்றைக் கழற்றி, புதைமேட்டில் போட்டாள்.

"எருதுகட்டுக் காளை... ஏம்பூவையும் பொட்டையும் அழிச்சிருச்சே!" தலையில் சூடியிருந்த மல்லிகைப் பூவை, மஞ்சள் கயிற்றின்மேல் போட்டாள். உள்ளங்கையால் நெற்றிக் குங்குமத்தை அழித்தாள்.

புதைமேட்டின்மேல் நெடுஞ்சாண்கிடையாக குப்புறப்படுத்து, இரண்டு கைகளாலும் அணைத்து, "என்னை எடுத்துக்கோ அய்யா... என்னை எடுத்துக்கோ... தீண்டாத மேனி! தீராத தாபம்! இந்தா... எடுத்துக்கோ!" கண்மூடி புரண்டாள்.

வீட்டு முற்றத்தில் இருந்து கோவிந்தத்தேவர் சத்தம் போட்டார். "ஏம்மா! என்னம்மா பண்றீங்க? பொண்ணைக் கூட்டிட்டு வாங்கம்மா"

வீட்டுக்குள்ளிருந்த பெரிய மனுஷிகள் புலம்பிக் கொண்டிருந்தார்கள்.

“எங்கடீ... போனாள் இந்த வள்ளி?”

கூட்டத்தில் இருந்த ஒருத்தி, தலைவாசலைப் பார்த்து, “அந்தா... வருது வள்ளி சின்னத்தா” என்றாள்.

முற்றத்து ஆண்களும் தாழ்வாரத்தில் அமர்ந்திருந்த பெண்களும் வள்ளி அத்தையை உற்றுப் பார்த்தார்கள்.

“ஊரே உன் வீட்டு வாசல்லெ காத்துக்கெடக்கு. நீ எங்கேம்மா போயிட்டு வர்றே வள்ளி?” என்றார் கோவிந்தத்தேவர்.

எவர் கண்ணையும் எதிர்கொள்ளாமல், முற்றம்தாண்டி வீட்டுக்குள் நுழைந்தாள் வள்ளி அத்தை.

சோலையம்மா கிழவியோடு சேர்ந்து, உள் வீட்டுப் பெண்கள் எல்லாம் வள்ளியை பார்த்தார்கள்.

“அடியேய்... வள்ளி. இந்நேரம் வரை எங்கடி போனே?”

“மாயழகிப் புள்ளை, பொண்ணுச் சோடனை பண்ணவிடாமல் அழுதுக்கிட்டே இருக்குது. பொண்ணை வரச் சொல்லி வாசல்லெ... ஆம்பளைக கத்திக்கிட்டு கெடக்கிறாக. வா... வந்து, அந்த பிள்ளையை சமாதானம் பண்ணுடீ”

உள்ளே நுழைந்த வள்ளியின் காதில் எவர் பேசியதும் விழவில்லை. நடுப்பத்தி தாண்டி, கொல்லைப் பக்கம் போனாள். குளிக்கிற தட்டி மறைப்புக்குள் நுழைந்தாள். ஆடை கலையாமல், உச்சந்தலை வழியே தண்ணீரை மொண்டு மொண்டு ஊற்றிக் குளித்தாள்.

பெண்கள் எல்லாம் கொல்லை வாசலையே பார்த்துக்கொண்டிருந்தார்கள்.

வண்டிப் பாதை புதர்களுக்குள் பதுங்கியிருந்த இளவட்டங்கள், கண் ஓய்ந்து போனார்கள்.

“வெள்ளாங்கொளத்தான்ங்க வருவான்ங்களா?”

“சீக்கிரம் வந்தான்ங்கன்னா... நாலுபேரை போட்டுத்தள்ளிட்டு... நல்லது கெட்டதைப் பார்த்துட்டு... பந்திச் சாப்பாடு சாப்பிடப் போகலாம். பசிக்குது.”

"எனக்கென்னமோ... அவன்ங்க வர்றமாதிரி தெரியலே."

"எப்பிடிச் சொல்றே?"

"பருசம்ன்னு போட்டாச்சுன்னா பொண்ணு, கருப்பையாவுக்குச் சொந்தம். பருசம்போட முன்னாடிவந்து பொண்ணை தூக்கினால் தானே?"

"வெள்ளாங்குளம் சக்கரை மச்சான்... அப்பிடி ஒரு சின்னக் காரியத்திலே எறங்கிற ஆளு கிடையாது. நம்ம பாண்டி அண்ணனுக்கு... எதுலேயும் அவசரம்தான்."

இளவட்டங்கள் பேசிக்கொண்டிருக்கும்போதே... வெள்ளாங்குளம் பாதையில் மாட்டு வண்டிகள் வரிசைகட்டி வந்துகொண்டிருந்தன.

பதுங்கிக்கிடந்த இளவட்டங்களில் ஒருவன் கத்தினான்.

"பெருநாழிப் பொண்ணைச் சிறை எடுக்க, வெள்ளாங்குளத்தான் வந்துட்டான்!"

புதர் ஆயுதங்கள் உசும்பின.

●

10

சுத்தி வளர்ந்த அவரைக்கொடி

வீட்டுமுற்றத்தில் பரப்பியிருக்கும் பரிசதட்டு, தாம்பாளங்களைச் சுற்றி அமர்ந்திருந்த பெரிய ஆம்பளைகளுக்கு இருப்புக் கொள்ளவில்லை. சாப்பிட்ட பந்திச் சாப்பாடு கண்ணைச் சுழட்டுது.

'சட்டுப்புட்டுன்னு பருசத்தைப்போட்டு முடிச்சா... வீட்டைப் பாத்துப்போயி படுக்கலாம்லேப்பா!' கொட்டாவிவிட்டார்கள்.

கல்யாண மாப்பிள்ளை கருப்பையா, புதுச் சட்டை வேட்டியில் இருந்தான். மாப்பிள்ளைத் தோழனாய் மூக்குறிஞ்சி, கருப்பையாவை ஒட்டி அமர்ந்திருந்தான். ஊர் இளவட்டங்கள் எல்லாம் வெள்ளாங்குளம் வண்டிப் பாதைக் காவலுக்குப் போய்விட, பரிசம் போடுற இடத்திலே ரெண்டே ரெண்டு இளவட்டங்கள்தான். கருப்பையாவும் மூக்குறிஞ்சியும்.

உள் வீட்டுப் பொம்பளைகளை பார்த்து, "ஏம்மா நல்ல நேரம் தப்பப்போகுது. பொண்ணைக் கூட்டிட்டு வாங்கம்மா" கோவிந்தத்தேவர் விரசினார்.

தாழ்வாரத் திண்ணைப் பெண்களோடு இருந்த முனியாயி, "நீங்க ஆம்பளைக... இங்கேயிருந்து கத்திக்கிட்டே இருக்க வேண்டியதுதான். அங்கே... பொண்ணுப்புள்ள வர மாட்டேன்ங்கிறாள்!" அவிழ்த்துவிட்டாள்.

மாப்பிள்ளை கருப்பையாவோடு சேர்ந்து, முற்றத்து ஆம்பிளைகளுக்கு 'கெதக்' என்றது.

"என்னதூ! பொண்ணு வரமாட்டேங்குதா!" மையமாய் அமர்ந்திருந்த கோவிந்தத்தேவர், "பாண்டிப் பயலை எங்கே?" கண் துழாவினார்.

மேற்கே, தரைச்சேலை விரிப்பில் நடந்துகொண்டிருந்த சாப்பாட்டுப் பந்தியில் பாண்டியும் குமராயியும் பரிமாறிக்கொண்டு திரிந்தார்கள்.

"ஏப்பா... பாண்டி.... இங்கே வா"

குழம்பு வாளியை மனைவி குமராயியிடம் கொடுத்துவிட்டு, முற்றத்துக்கு வந்தான் பாண்டி. "சொல்லுங்க சின்னைய்யா"

"பொண்ணுப்புள்ள வர மாட்டேங்குதாம்லே!" கோவிந்தத்தேவர், பாண்டியிடம் சொன்ன வார்த்தை, சாப்பாட்டுப் பந்தியில் நின்ற குமராயியின் காதில் விழ, கை வாளியை நின்ற இடத்திலேயே வைத்துவிட்டு வந்தாள்.

"என்னதூ!" வேட்டியை மடித்துக்கட்டிய பாண்டி, உள் வீட்டை நோக்கி போனான். பின்னால் தொடர்ந்து வந்த மனைவி குமராயியை கைகாட்டி, "நீ உள்ளே வராதே" தடுத்து நிறுத்தினான்.

உள் வீட்டுக்குள் எல்லாப் பெண்களும் இருந்தார்கள். மாயழகியையும் வள்ளி அத்தையையும் காணோம்.

பாண்டியின் தலையை கண்ட சோலையம்மா கிழவி, "மாயழகியை கூட்டிக்கிட்டு... வள்ளி, கொல்லையை பக்கம் போறாள்!" என்றாள்.

வெள்ளாங்குளம் பாதையில் வெகுதூரத்தில் வரும் வண்டி மாடுகளின் கழுத்து மணிச் சத்தம் கேட்டது.

புதர்களில் பதுங்கியிருந்த இளவட்டங்கள் எல்லோரும் கைகளில் ஆயுதம் தரித்திருந்தார்கள். வேல்க்கம்பு, வாள், வீச்சரிவாள், குத்துக்கம்பு, கொடுக்கரிவாள். பார்வை எல்லாம்

பாதை மேலேயே இருந்தது. பாய்ச்சலுக்கு கச்சைகட்டி, கை துறுதுறுத்து நின்றார்கள்.

இளவட்டங்களிடம் அமிழ்ந்த குரலில் கேசவன் சொன்னான். "வண்டிக... பெருவாரியாதான் வருதுன்னு நெனைக்கிறேன்."

"பத்து பதினைஞ்சு வண்டிக இருக்கும்! வண்டிக்கு அஞ்சு பேர்னாலும். அம்பது அறுபது பேருக்குமேலே வருவான்ங்க போல்ருக்கு!"

"நம்ம இருபது முப்பதுபேர்தான் இருக்கோம். ஜெயிச்சிறலாமா?"

"எண்ணிக்கையா பெருசு? எறங்கி அடிப்போம். வாய்ச்சா... நமக்கு. வாய்க்காட்டி... பிள்ளையாருக்கு"

"ஊருவிட்டு ஊருவந்து ஜெயிச்சுட்டுப் போயிருவான்ங்களாக்கும்? ஆளுக்கு நாலுபேரை போடுவோம். கணக்கு சரியா போயிரும்."

எல்லோருக்கும் கேட்கும்படி கேசவன் சொன்னான். "டேய்ய் அவன்ங்க எத்தனை பேரு வந்தாலும் சரி. ஏறி அடிங்க. வளைச்சு... வளைச்சு... வெட்டுங்க. எத்தனை பொணம் விழுந்தாலும் சரி. நம்ம கைதான் முந்தணும்."

வண்டி மாட்டுக் கழுத்து மணிச் சத்தம் நெருங்கிவந்து கொண்டிருந்தது.

கொல்லைப் பக்கம் மாயழகியை அழைத்து வந்திருந்தாள் வள்ளி அத்தை. ஒருவர் முகம் மற்றவருக்கு துலங்கத் தெரியும் பௌர்ணமி நிலா வெளிச்சத்துக்குள் நுழைந்ததுமே வள்ளி அத்தையைக் கட்டிப் பிடித்துக்கொண்டு அழுதாள் மாயழகி. "அத்தை... அத்தை!" சப்தம் வெளியே கேளாமல் அழுதாள்.

மாயழகியை மார்போடு அணைத்துக்கொண்ட வள்ளி அத்தை, 'ஏன் அழுகிறே? எதுக்கு அழுகிறேன்னு ஒரு வார்த்தை கேட்கலெ. தன் மார்புக்குள் புதைந்திருந்த மாயழகியின் முகத்தாடை தொட்டு தூக்கினாள்.

“எங்கக்கா வரணும். அரியநாச்சி அக்கா வரணும்” கண் திறக்காமலே பேசினாள் மாயழகி. “எங்கக்கா வரலேன்னா... எனக்கு கல்யாணமே வேண்டாம்.”

மாயழகியின் தலையை கோதிவிட்டாள் வள்ளி அத்தை.

உள் வீட்டுக்குள் நுழைந்து, வந்த பாண்டியின் தலை கொல்லை வாசலில் தென்பட்டதும் மாயழகியை இழுத்துக்கொண்டு கூரை நிழலுக்குள் பதுங்கினாள் வள்ளி அத்தை.

கொல்லைப் பக்கம் தலை நீட்டி தேடினான்.

முற்றத்துப் பக்கம் இருந்து சப்தம் கேட்டது. “பொண்ணை தூக்கிட்டுப் போக... வெள்ளாங்குளத்தான்ங்க வண்டி கட்டிவந்துக்கிட்டு இருக்கான்ங்க!” ஒரு இளவட்டம் கத்தினான்.

“என்னது!” உள் வீடு தாண்டி, முற்றத்துக்கு வந்தான் பாண்டி.

ஓடி வந்து தாக்கல் சொன்ன இளவட்டத்தைப் பார்த்து, “என்னடா சொல்றே!” பதட்டமில்லாமல் கேட்டார் கோவிந்தத்தேவர்.

“வெள்ளாங்குளத்துப் பாதையிலே... பத்து பதினஞ்சு வண்டிக வருது!”

மொத்தக் கூட்டமும் பரபரத்தது. கருப்பையா, விருட்டென எழுந்து, வேட்டியை மடித்துக்கட்டினான். கிழடுகளைத் தவிர்த்து, பெரும்பாலான ஆம்பளைகள் எழுந்து நின்றார்கள். தாழ்வாரத்துப் பெண்கள், முகவாய்க் கட்டையில் கை வைத்து, முற்றத்தையும் உள் வீட்டையும் மாறி மாறி பார்த்துக்கொண்டிருந்தார்கள்.

“நான் சொன்னேன்லெ சின்னையா? இந்தா வந்துட்டான்ங்கல்லே? வெள்ளாங்குளத்தான்ங்க... சேதி தெரியாம பேசுனீகளே!” பாண்டி நிலை கொள்ளாமல் தவித்தான்.

“ஏய் பாண்டி! பொறுப்பா. வரட்டுமே. அவன்ங்களும் நம்ம சம்மந்தகாரன்ங்க தானே? நல்லா வரட்டும். வந்து நம்ம வீட்டுப் பருச சாப்பாட்டை சாப்பிட்டுட்டு போகட்டும்.” அலுங்காமல் சொன்னார் கோவிந்தத்தேவர்.

கூட்டத்துக்குள்ளே இருந்த ஒரு பெருசு, "ஏங்கோவிந்தா! அவன்ங்க கச்சைகட்டி சண்டைக்கு வந்துக்கிட்டிருக்கான்ங்க. நீ பாட்டுக்கு லேசா பேசுறே! வந்து... ஒன்னு இல்லாட்ட ஒன்னு ஆகிப் போச்சுன்னா... ஊருக்கு கேவலம் இல்லையா?" என்றார்.

"எனக்கென்னமோ... சக்கரை, இந்தக் கோப்பு எடுத்து வருவான்னு படலெ. ஒன்னு செய்வோம்" என நிறுத்தினார் கோவிந்தத்தேவர்.

ஆணு பொண்ணு அத்தனையும் கோவிந்தத்தேவர் வாயையே பார்த்தது.

"பொண்ணைக் கட்டுற போட்டியிலேதானே வர்றான்ங்க? அவன்ங்க வர்றதுக்குள்ளே... கருப்பையாவுக்கு பருசத்தை போட்டுருவோம். பருசத்தை போட்டாச்சுன்னா பொண்ணு... அவன் பொண்டாட்டி. அடுத்தவன் பொண்டாட்டியை... ஆப்பநாட்டான் எவனும் சிறை எடுக்கமாட்டான்" என்று சொல்லி நிறுத்தியவர், சபையை ஒரு சுற்று பார்த்துவிட்டு, "என்ன நான் சொல்றது?" என்றார்.

"அதுவும் நல்ல ரோசனைதான். சட்டுப்புட்டுன்னு பருசத்தை போடுங்க."

"ஏய்... பொண்ணைக் கூப்புடுங்கம்மா"

"பொண்ணு இனிமே சீவிசிங்காருச்சு... எந்நேரம் வர? பொண்ணெல்லாம் வேணாம். போடு பருசத்தை."

"எல்லாம் ஒக்காருங்கப்பா" கோவிந்தத்தேவர், சபையை கை அமர்த்தினார்.

அரியநாச்சி, கால் நீட்டி அமர்ந்து, சுவரில், முதுகோடு தலை சாய்த்து, கண் திறக்காமல் அழுது அழுது நீந்து கொண்டிருந்தாள்.

"என்... ஒத்தப் பெறப்பு! பெத்த தாய் மொகம் பார்க்காத பச்ச மண்ணு! அக்கா அக்கான்னு ஏன்... இடுப்பைவிட்டு எறங்காம, என்னைச் சுத்தி வளர்ந்த அவரைக்கொடி... ஏந்தங்கச்சி மாயழகியை ஏங்கிட்டே இருந்து அறுத்து எறியிறான்ங்களே!"

கண்ணும் முகமும் வீங்கிப் போயிருந்தது. வீட்டில் சக்கரைத்தேவனைக் காணோம். சோலையைக் காணோம். ஒத்தையில் இருக்கிற அரியநாச்சிக்கு பூவாயி கிழவி காவல் இருந்தாள்.

"ஒந்தங்கச்சி மாயழகி தலையிலே என்ன எழுதி இருக்கோ... அதுதான் நடக்கும். அதுக்காக நீ ஏன்... அன்னந்தண்ணி எடுக்காமல்... அழுது அழுது... நீந்து போறே?"

தட்டு நிறைய சோற்றைபோட்டு அரியநாச்சிக்கு முன்னால் வைத்து, "நீ செய்யிறது சரி இல்லடீ! பட்டினியா கெடக்கிறது, நீ மட்டுமில்லே. உன் வயித்துக்குள்ளே ஒன்னு இருக்கே... அதுவும் சேர்ந்தில்லே பட்டினியா கெடக்கு!" சோற்றைப் பிசைந்து, "என் ஆத்தால்லே! ஒரு வாய் சாப்பிடுத்தா இந்தா" அரியநாச்சியின் வாயோரம் கொண்டுபோனாள். உதடு பிரிக்காமல் கண்களையும் மூடிக் கொண்டாள்.

"ஏய் மாப்பிள்ளையோட தகப்பன் மலையாண்டி எங்கே இருக்கே?"

"இந்தாதான் இருக்கேன்." கருப்பையாவின் தகப்பனார் மலையாண்டி, வெளுத்த வேட்டி சட்டையில் இருந்தார்.

"ஏம்மா... மாப்பிள்ளைக்காரி யாரும்மா? வந்திருக்கயா?"

"நான்... இங்னதான் இருக்கேன்." மலையாண்டியின் கூடப் பிறந்த தங்கச்சி, மேல் சேலையை இழுத்துமூடினாள்.

சம்மணமிட்டு அமர்ந்திருந்த கோவிந்தத்தேவரின் முன், ஒரு வெண்கல கும்பா. கும்பாவில் செவேர்ன்னு, ஆரத்திக் கலவை. வலது கை விரல்களில் ஒத்த ரூபாய் காசு.

மடித்துக் கட்டியிருந்த வேட்டியை அவிழ்த்துவிட்டு, பாண்டி அமர்ந்தான். பெண்கள் எல்லாம் குறுகுறுவென பார்த்துக்கொண்டிருந்தார்கள்.

"பருசம் போட்டுறலாமா?"

பாண்டியும் மாமன் மலையாண்டியும் தலை ஆட்டினர்.

ஆரம்பித்தார் கோவிந்தத்தேவர். "என்னப்பா மலையாண்டி தட்டு, தாம்பாளங்களோட வந்திருக்கீகளே! என்ன வெவரம்?"

"ஏம்மகன் கருப்பையாவுக்கு... மச்சான் வெள்ளையத்தேவரோட இளைய மகள்... மாயழகியை பொண்ணுகேட்டு வந்திருக்கோம்."

"என்னப்பா... பாண்டி! ஓந்தங்கச்சியை பொண்ணுகேட்டு வந்திருக்காக. பொண்ணைக் குடுக்க ஒனக்கு சம்மதமா?"

பாண்டி தலை ஆட்டினான். "சம்மதந்தான்."

மாப்பிள்ளைக்காரியை பார்த்து, "ஒனக்கு இந்தக் கல்யாணத்திலே சம்மதம் தானா? பருசத்தை போட்டுறலாமா? பின் துயர்ச்சி ஏதும் உண்டா?" என்றார்.

"மாப்பிள்ளை பொறுப்புக்கு வாகை மரத்துப் புஞ்சையை எங்கண்ணன் எழுதிக் குடுத்துட்டாரு. பின் துயர்ச்சில்லாம் ஒன்னும் கெடையாது. பருசம் போடலாம்." மாப்பிள்ளைக்காரி, மறுபடியும் இழுத்துப் போர்த்தினாள்.

கொல்லைப் பக்கத்து கூரை நிழலில் பதுங்கி நின்ற வள்ளி அத்தையும் மாயழகியும் முற்றத்துச் சத்தத்துக்கு காது கொடுத்துக் கொண்டிருந்தார்கள்.

●

11

திசை மாறி அடிக்குது

“இராமநாதபுரம் மாவட்டம்... முதுகுளத்தூர் தாலுகா... கமுதி சப் தாலுகா... பெருநாழி கிராமத்தைச் சேர்ந்த... விவசாயம் வெள்ளையத்தேவனின் இளைய மகள் மாயழகி என்கிற மணவாட்டியை... மேற்படி மாவட்டம் மேற்படி தாலுகா... மேற்படி சப் தாலுகா... பெருநாழி கிராமத்தைச் சேர்ந்த... விவசாயம்... மலையாண்டித்தேவனின் ஒரே மகன் கருப்பையா என்கிற மணவாளன்... பெண் பேசி முடித்து... பெரியோர்கள் முன்னிலையில் திருமணம் செய்ய... சாதி உறவுமுறை வழக்கப்படி... போடுகிற பருசம்... ஒன்று... பத்து... நூறு... ஆயிரம்... லட்சம்... பொன்...”

கொல்லை வரை கேட்க, சபை நிறைய உரக்க கூவி, கையிலிருந்த ஒத்த ரூபாய் காசை, வெண்கலக் கும்பாவில் ‘ணங்ங்’ என போட்டார் கோவிந்தத்தேவர்.

“தட்டுகளை மாத்திக்கங்கப்பா” என்றார்.

பாண்டி எழுந்து நின்றான். மலையாண்டித்தேவன், பரிச சேலை இருக்கிற தட்டை தூக்கி பாண்டி கையில் கொடுத்தார். பெண்கள் குலவை இட்டார்கள். மாப்பிள்ளைத் தோழன் மூக்குறிஞ்சி, கருப்பையாவின் தொடையை கிள்ளினான்.

“பருசம் முடிஞ்சு போச்சுன்னு மெத்தனமா இருக்காதே. பொண்ணுக்கு போட்டி இருக்கு. சட்டு புட்டுன்னு கல்யாண ஏற்பாட்டை பாரு.” பாண்டியிடம் சொன்னார் கோவிந்தத்தேவர்.

பாண்டியும் மலையாண்டித்தேவனும் ஒருவர் முகத்தை ஒருவர் பார்த்தனர்.

“என்னப்பா... மாமனும் மருமகனும் முழிக்கிறீக? நாள், நட்சத்திரம் பார்க்கப் போறீகளா? நகை, நட்டு தேடப் போறீகளா? எல்லாம் ஒன்னுக்குள்ளே ஒன்னு. உச்சி ராத்திரி பன்னிரண்டு மணிக்கு சங்கு ஊதி தாலியை கட்டுற பயலுக... நம்ம பயலுக. இருட்டுத்தான் நமக்கு உகந்த நேரம். இதுலெ யோசனை என்ன வேண்டிக்கிடக்கு... யோசனை?”

“அதுக்கில்லே... ஜெயில்லெ இருக்கிற எங்கய்யாவுக்கு லீவு கெடைக்கணும்!” இழுத்தான் பாண்டி.

“அதுக்கு ஏன் மலைக்கணும்? கல்யாணத்துக்கு நாள் குறிச்சிட்டு ஜெயிலுக்கு போ. அண்ணன் வெள்ளையத்தேவனை லீவு வாங்கிட்டு வரச் சொல்லு.”

“இன்னைக்கு வெள்ளிக்கிழமை. அடுத்த வெள்ளிக்கிழமை கல்யாணத்தை வச்சுக்கிருவோம். நாளைக்கே நான் ஜெயிலுக்குப் போயி... எங்கய்யாவுக்கு தாக்கல் சொல்லிட்டு வந்திர்றேன்.”

“அந்த முடிவுக்கு வா. ஏன் நான் சொல்றேன்னா... பொண்ணுப் பிள்ளையோட சம்மதத்தை கேக்காமலே... நிச்சயம் பண்ணிப்புட்டோம். அங்கே... ஓங்கக்கா அரியநாச்சி அழுது தவிக்கும். ஒரேயடியா நாள் தள்ளிப் போச்சுன்னா... என்ன வேணும்னாலும் நடக்கும்.”

ஒரு பெருசு குறுக்கே பேசினார். “ஏங் கோவிந்தா... என்ன பேசுறே நீ! பருசம் போட்ட நிமிசமே... பொண்ணும் மாப்பிள்ளையும் புருசன், பொண்டாட்டி ஆகியாச்சு. அதையும்மீறி எவனாவது கலகத்துக்கு வந்தா அடிச்சுப் பார்த்திருவோம்.”

முற்றத்துப் பேச்சுக்கள், கொல்லையில் நிற்கும் மாயழகி, வள்ளி அத்தையின் காதிலும் விழுந்தன.

வெள்ளாங்குளம் பாதைக் காவலுக்கு போயிருந்த இளவட்டங்கள் கெக்கலிபோட்டு சிரித்துக்கொண்டே மாயழகி வீட்டை நோக்கி

வந்தார்கள். எல்லோர் கைகளிலும் ஆயுதங்கள் இருந்தன. பருச வீட்டு மொத்தக் கூட்டமும் இளவட்டங்களை பார்த்தது. கருப்பையாவும் பாண்டியும் கூட்டத்தை விலக்கி முன்னே ஓடி வந்தார்கள்.

'காவலுக்கு போன இளவட்டங்கள்... சிரிச்சுக்கிட்டே வர்றான்ங்க! என்ன வெவரம்?' கோவிந்தத்தேவர் வாய்க்குள் முனகினார்.

முன்னே வந்த கேசவனை மறித்து, "டேய்... மாப்ளே! என்னடா ஆச்சு? வெள்ளாங்குளத்து வண்டிகளை என்ன பண்ணுனீங்க?" பதறிய பாண்டி, இளவட்டங்களின் கைகளில் இருந்த ஆயுதங்களை உற்றுப் பார்த்தான். "என்னடா... மாப்ளே! எந்த உருப்படியிலேயும் ரத்தத்தை காணோம்!"

"வெள்ளாங்குளம் பாதையிலே வந்த வண்டிக எல்லாம்... வேப்பலோடை கடற்கரையிலே இருந்து உப்பு ஏத்தி வந்த வண்டிக மச்சான்! நாங்க ஆயுதங்களோட வழிமறிக்கவும் உப்பு யாவரிக கத்த கௌம்பீட்டான்ங்க" சிரித்துக்கொண்டே சொன்னான் கேசவன்.

கோவிந்தத்தேவர் அங்கிருந்தே, "நான் சொன்னேன்லே? சக்கரைத்தேவன் அப்படிப்பட்ட சின்னத்தனமான காரியத்திலே எல்லாம் எறங்க மாட்டான்னு" என்றவர் இளவட்டங்களை பார்த்து, "ஏப்பா... எளவட்டங்கா! போங்க... பந்திச் சாப்பாட்டை நல்லா சாப்பிட்டுட்டு... முளைக்கொட்டுத் திண்ணையிலே போயிபடுங்க" சத்தம் போட்டார்.

வெயில் தகித்தது.

வெள்ளாங்குளம் கரி மூட்டத்து விறகுகள், சூளைக்குள்ளே வெந்து கனன்றன. கரியோடு கரியாய்... கன்னங்கரேரென, மூட்டத்தை கை பார்த்துக்கொண்டிருந்த நாலைந்துபேர் வாயிலும் பேசுவதற்கு வார்த்தைகள் ஆய்ந்தன. உதடுகளை இறுக்கி கொண்டார்கள். அனல் தாங்காத வெக்கையில், ஒருவரோடு ஒருவர் பேசாமல், மூட்டத்தை பிரித்து, வெந்த கரியை ஆற்றிக்கொண்டிருந்தார்கள். மூஞ்சி மொகரை எல்லாம் கரி.

குகைபோல் இருந்த சீமைக்கருவேல மரநிழலில் கயிற்றுக் கட்டில்போட்டு படுத்திருந்தான் சோலை. கண்கள் மூடி இருந்தன. கால்கள் ஆடிக்கொண்டிருந்தன. கட்டிலுக்கு அடியில் கண்களை முழித்தபடி வேட்டை நாய் படுத்திருந்தது. சோலையின் மேனி லேசா அசைந்தால் கூட 'உர்ர்ர்' என உறுமியது.

வேலை ஆட்களில் ஓர் ஆள், மற்ற நான்கு பேரின் முகங்களை பார்த்தான். "பெருநாழிக்காரன்ங்க... நம்ம மூஞ்சிலே நல்லா கரியை பூசிட்டான்ங்க!" என்றான்.

எல்லோரும் வாய் திறந்தார்கள். "நம்ம சோலைக்கு பேசுன பொண்ணை... உள்ளூரான் ஒருத்தனுக்கே நேத்து நிச்சயம் பண்ணிட்டான்ங்களாம்!"

"பெருநாழிக்காரன் பொண்ணை கொடுக்கிறான் கொடுக்கலே அது அவன் விருப்பம். வீட்டுக்கு மூத்த மாப்பிள்ளை நம்ம சக்கரை மச்சான். அவரையும் அரியநாச்சி அக்காவையும் ஒரு வார்த்தை கேக்காமல் ஒதுக்கிவச்சிட்டு, பருசம் போடுறான்னா... எம்புட்டு பெரிய அசிங்கம்!"

"பெருநாழிக்காரன் எப்பவுமே அப்பிடிதான். உச்சந்தலையிலே கொம்பு மொளச்சிருக்குன்னு நெனப்பு!"

"நேத்து சக்கரை அண்ணன் ஒரு வார்த்தை சொல்லியிருந்தால், போயி அவன்ங்க கொம்பை ஒடிச்சுட்டு வந்திருக்கலாம்."

"ஏய்... வேலையை பாருங்கப்பா" கண் திறக்காமலே சோலை உறுமினான். வேட்டை நாயும் உறுமியது.

மாயழகி, வள்ளி அத்தையின் மடிக்குள் தலை புதைத்து அழுது கொண்டிருந்தாள். மாயழகியின் தலையையும் முதுகையும் கோதிக் கொடுத்தாள் வள்ளி அத்தை.

"மாயழகி! நேத்திலே இருந்து ஏங்கிட்டே ஏன் பேச மாட்டேங்கிறே?" மாயழகியின் முகத்தை தூக்கி, கண்ணீரை துடைத்து விட்டாள்.

"நீங்களும்தான் நேத்திலே இருந்து யார்கிட்டேயும் பேசலே!" வைத்த கண் வாங்காமல் வள்ளி அத்தையின் முகத்தையே பார்த்தாள்.

வள்ளிக்கு கண்ணீர் ஓடியது. "என் அண்ணன் மக்களுக்குள்ளே... இப்பிடி ஒரு பகை மூண்டிருச்சே!"

"எல்லாம் என்னாலேதான்!" வள்ளி அத்தையின் கைகளை பற்றினாள். "யார் என்ன சொன்னாலும் சரி. எங்க அரியநாச்சி அக்கா வந்தால்தான்... நான் கல்யாணத்துக்கு சம்மதிப்பேன். இல்லேன்னா நாண்டுக்கு நின்னு சாவேன்" என்றதும் வள்ளி அத்தை பதறி, மாயழகியின் வாயை பொத்தினாள்.

"வீட்டுக்கு மூத்த மகளும் மருமகனும் வந்துதான் தாலியை தொட்டுக் குடுக்கணும். இல்லேன்னா... னொண்ணன் பாண்டி மூஞ்சியிலே... ஊரு காரிதுப்பீரும் துப்பி! வெள்ளாங்குளம் போயி அவள் காலு கையிலே விழுந்தாவது கூட்டிட்டுத்தான் வரணும்"

இருவரும் பேசியதை உள் அறைக்குள் இருந்து ஒட்டுக்கேட்ட குமராயி, வெளியேறி முன்னே வந்து நின்றாள்.

வள்ளி அத்தைக்கு அருகே ஒடுங்கி அமர்ந்த குமராயி, "ஏஞ் சின்னத்தா! நீதானே இந்த வீட்டுக்கு பெரிய மனுசி!" என நயந்து ஆரம்பித்தாள். "நாங்க சின்னஞ்சிறுசுக தப்புதண்டா பண்ணினாலும் எங்களை நீ கண்டிக்க வேணாமா? ஆயிரந்தான் இருந்தாலும், அரியநாச்சி மதினி வீட்டுக்கு மூத்த மனுசி. இந்த கல்யாணத்துக்கு அவுகளை கூப்பிடணும்லே சின்னத்தா?"

வள்ளி அத்தை, குமராயியின் கண்களை உற்றுப் பார்த்தாள். "என்னடீ! தெற்கே அடிக்கிற காத்து... தெசை மாறி அடிக்குது!"

"மாயழகியை ஏந்தம்பிக்கு கட்டவிடாமல் மதினி தடுத்திருவாகளோன்னு பயந்தேன். நான் பயந்தமாதிரி ஒன்னும் நடக்கலே. அரியநாச்சி மதினி பொறுமைசாலி. நான்தான் கொஞ்சம் அவசரக்காரி."

"ஒனக்கு இம்புட்டு ஆத்திரமும் ஆங்காரமும் ஆகாதுடீ! பெத்தது பெறந்ததுகளை அனுசரிச்சுதான் ஒரு காரியம் பார்க்கணும்."

"அதைதான் சின்னத்தா நானும் சொல்றேன். அரியநாச்சி மதினியை தள்ளிவச்சுட்டு இந்தக் கல்யாணத்தை முடிக்கிறது

எனக்கு நல்லா படலெ. செத்துப்போன எங்க அய்த்தவுகளும், ஜெயில்லெ கெடக்கிற எங்கம்மானும்... நெஞ்சுக்குள்ளேயே வச்சு எங்களை நீத்திப்பிடுவாக... நீத்தி. கல்யாணம் பண்ற சின்னஞ் சிறுசுகளும் கைகால் சொகத்தோட நல்லா இருக்கணும்லே... ஏம்புருசன்கிட்டே நீதான் எடுத்துச் சொல்லணும் சின்னத்தா"

"என்ன சொல்லச் சொல்றே?"

ஜெயிலுக்கு கிளம்பிக்கொண்டிருந்த பாண்டி, சட்டை கையை மடித்துவிட்டபடி உள் வீட்டுக்குள் இருந்து வருவதை பார்க்காமலே குமராயி பேசினாள். "வெள்ளாங்குளம் போயி அரியநாச்சி மதினியையும் அண்ணன் சக்கரையையும் கட்டாயம் கல்யாணத்துக்கு வரத்தான் செய்யணும்னு கூப்பிடச் சொல்லு."

பாண்டியை பார்த்துவிட்ட வள்ளி அத்தை, மௌனமாய் இருந்தாள்.

"ஏஞ் சின்னத்தா பேச மாட்டேங்கிறே! அந்த அண்ணன் சக்கரை. தரமான மனுசன். இவரு போயி கூப்பிட்டாருன்னா கட்டாயம் கல்யாணத்துக்கு வருவாரு"

குமராயியின் தலைமுடியை கொத்தாக பிடித்தான் பாண்டி. "ஏன்டீ... அந்த வெள்ளாங்குளத்தான் தரமான மனுசன்! நான் தரங்கெட்ட பயலாக்கும்? நான் போயி, அவனுக்கு வெத்தலை பாக்கு வச்சு 'மச்சான் மச்சான்... நீங்க வந்து முன்னே நின்னு ஏந்தங்கச்சி கல்யாணத்தை நடத்திக்குடுங்கன்னு அழைக்கவா? கழுத்தை அறுத்துப்புடுவேன் அறுத்து"

குமராயி வலி தாங்காமல் கத்தினாள்.

"நீதான் இம்புட்டுக்கும் காரணம்! 'ஓங்கக்கா அரியநாச்சி பொம்மழிச் சொத்தையெல்லாம் சுருட்டப் போறாள்... சுருட்டப் போறாள்ன்னு, எனக்கு கோபத்தை ஏத்தி விட்டவளும்... நீதான். வெள்ளாங்குளத்தை வெறுக்க வச்சவளும் நீதான். இப்போ என்னடான்னா... அண்ணனாம் னொண்ணனாம்! செருப்பு பிஞ்சுபோகும் பிஞ்சு! இருடீ... ஜெயிலுக்கு போயிட்டுவந்து வச்சுக்கிறேன்." பாளையங்கோட்டை பஸ்ஸை பிடிக்க போகிற அவசரத்தில் வீட்டைவிட்டு வெளியேறினான் பாண்டி.

12

மூக்கிலே கோபம்... நாக்கிலே வீம்பு...

ஜெயிலுக்குள், தோட்டத்தை கொத்திக் கிளறி பயிர், களைகளை பழுதுபார்த்துக் கொண்டிருந்தார்கள் கைதிகள். மரத்தடியில் அமர்ந்திருக்கும் வெள்ளையத்தேவனுக்கு, கைதிகளை கண்காணிக்க வேண்டிய பொறுப்பு. அவர் பல மாதிரியான யோசனையில் வெளி வானத்தை பார்த்து அமர்ந்திருந்தார்.

‘நேத்து பாண்டிப் பய வந்தான். கல்யாணத் தாக்கல் சொல்ல வந்தவன், சரியா மொகம்குடுத்துப் பேசலே. பருசம்போட அக்கா அரியநாச்சி வந்துச்சாடான்னு கேட்டதுக்கு... பதிலே சொல்லலே. இந்தக் கல்யாணத்திலே மாயழகிப் பிள்ளைக்கு சம்மதமான்னு கேட்டதுக்கும் பதில் சொல்லாமல் மழுப்பினான். ஊர்லெ என்ன நடக்குது! சின்னப் பிள்ளைக கூடி... கிளியாந்தட்டு ஆடுற மாதிரிலெ இருக்கு!’

வெள்ளையத்தேவனுக்கு நெஞ்சு குமையுது.

தரையை கொத்தி பண்படுத்துகிற பாவனையில், நேரத்தை போக்கிகொண்டிருந்த கைதிகளில் ஒருவன், வெள்ளையத்தேவனை பார்த்து, “நம்ம பெருசுக்கு... எப்போ பார்த்தாலும் ஊரு நெனைப்புதான்!” என சக கைதிகளிடம் சொல்லி நமட்டுச் சிரிப்பு சிரித்தான்.

கையில் லத்திக் கம்போடு வெள்ளையத்தேவனுக்கு அருகில் வந்த ஜெயில் வார்டர், "என்னதேவரே! சூப்பிரண்டு அய்யாவை பார்க்கணும்னு சொன்னீங்க! அய்யா... ஆபீஸுலெதான் இருக்காரு. போயி பாருங்க" என்றார்.

"அய்யா இருக்காரா?" கேட்டுவிட்டு எழுந்து, அலுவலகம் நோக்கி நடந்தார்.

வாசலில் நின்ற காவலர், "என்ன தேவரே?" விசாரித்தார்.

தலை நீட்டி வாசலுக்கு உள்ளே கூடி பார்த்த வெள்ளையத்தேவன், "எசமானை பாக்கணும்" என்றார்.

"அய்யா... வேலையா இருக்காரே தேவரே!"

உள்ளிருந்தே காதில் வாங்கிய சிறைக் கண்காணிப்பாளர், "தேவருக்கு என்னவாம்? உள்ளே வரச் சொல்லு" என உத்தரவிட்டார்.

வெள்ளையத்தேவன் மெல்ல உள்ளே நுழைந்தார்.

"என்ன தேவரே! எப்பிடி இருக்கீக?"

"இருக்கேன் அய்யா!" ரெண்டு கைகளையும் தூக்கி கும்பிட்டார்.

"சொல்லுங்க என்ன விவரம்?" தலை நிமிராமலே கேட்டார்.

"ஏம்பொண்ணு கல்யாணம்... வர்ற வெள்ளிக்கிழமை அய்யா. தாயில்லாத பிள்ளை. லீவு கேட்டிருந்தேன்."

"கல்யாணப் பத்திரிக்கை கொடுத்திருக்கீகளா?"

பின் தலையை சொரிந்தார். "பத்திரிக்கைலாம் அடிக்கலெ. என்ன அவசரமோ தெரியலே... பேசி முடிச்சு ஒரு வாரத்துக்குள்ளே கல்யாணத்தை வைக்கிறான்ங்க!"

அதிகாரி கோபத்தோடு நிமிர்ந்து பார்த்தார். "ஏந்தேவரே! ஓங்க வையறாக்களுக்கு... எதை எடுத்தாலும் அவசரம் பதட்டம்தானா? ஒரு பொண்ணோட கல்யாண காரியத்திலே... பத்திரிக்கைகூட அடிக்காமல் அப்பிடி என்னய்யா அவசரம்?"

“எங்க ஊருப் பயலுகளை பத்தி எசமானுக்கு நல்லா தெரியும். மூக்குலே கோபத்தையும் நாக்குலே வீம்பையும் வச்சுக்கிட்டே அலைவான்ங்க. சின்னப் பயலுக கூடிச் செய்யிற காரியம், சிந்தாமச் செதறாம... நடக்குமாங்கிற பயம் ஒரு பக்கம் குத்திக்கிட்டே இருக்குது எசமான்!”

“சின்னப் பயலுகளை ஏன் சொல்றீங்க? ஒரு பெரிய மனுசன் நீங்க... ஒன்னுக்கும் ஆகாத காரியத்துக்கு, ஒரு கொலையை பண்ணிட்டு உள்ளே வந்தீங்களே! ஒங்களை என்ன சொல்றது?” உதட்டோரம் சிரித்தார் அதிகாரி.

வெள்ளையத்தேவன் கவிழ்ந்தவாறு நின்றார்.

“சர்க்கார் ஜெயிலை கட்டுனதே நமக்கு தான்ன்னு ஊரு முளைக்கொட்டுத் திண்ணையிலே உக்கார்ந்து, பெருமையா பேசுவீங்களாமே!” நக்கலாக சிரித்தார். “அதைக் கேக்குற இளவட்டப் பயலுக... வெட்டிக் குத்திக்கிட்டு சாகத்தான் செய்வான்.”

வெள்ளையத்தேவனுக்கு கண் கலங்கியது. “ஏம்மகன் ஒத்தப் பய! அவன்தான் எல்லாத்தையும் இழுத்துப்போட்டுச் செய்யணும். ரெண்டு நாள் முன்னக்கூடியே எனக்கு லீவு கெடச்சு, நான் போனா நல்லா இருக்கும் எசமான்.”

அதிகாரி காதில் வாங்கிக்கொண்டே, தன் மேஜையின் மீதிருந்த ஒரு கோப்பில் இருந்து, காகிதம் ஒன்றை உருவினார். “தேவரே இது என்ன தெரியுமா?” என்றார்.

“தெரியலையே அய்யா”

“இன்னும் ஒரு வாரத்திலே, முன்னாள் முதலமைச்சரோட பிறந்த நாள் வருது. நன்னடத்தையின் பேரில் இருபத்தாறு ஜென்மக் கைதிகளை விடுதலை செய்யிறதுக்கான அரசாங்க உத்தரவு. நம்ம ஜெயில்லெ இருந்து விடுதலையாகப் போகிற கைதிகளில் நீங்கதான் முதல் ஆளு!”

கண்ணீரோடு வெள்ளையத்தேவன் கையெடுத்துக் கும்பிட்டார்.

“ம்... இப்போ வந்து லீவு கேட்டா எப்பிடி? ஒரு பத்து நாள் பொறுத்துக்கங்க. ஒரேடியா விடுதலையாகி போயி... உங்க

மக்களோடேயே இருக்கலாம்!" என்றபடியே நிமிர்ந்து பார்த்தவர், "தேவரே! என்ன... சின்னக் குழந்தைமாதிரி அழுதுக்கிட்டு! சந்தோசமா போங்க," எழுந்துவந்து வெள்ளையத்தேவனின் தோளை தொட்டார்.

காய்ந்துகிடந்த கணக்குப்பிள்ளை ஊரணிக்குள் சிலம்பாட்டம் பழகிக்கொண்டிருந்த இளவட்டங்கள், பொழுது இருட்டவும் ஆட்டத்தைக் கலைத்துவிட்டு கிளம்பினார்கள். கரை ஏறி, ஒற்றைப் புளிய மரம் தாண்டி, நல்ல தண்ணீர் கிணறு வழியாக வந்தார்கள். கருப்பையா, ஊடே வந்தான். ரெண்டு மூணு நாளா... கருப்பையா கல்யாணப் பேச்சுதான் இளவட்டங்களுக்கு.

"அடேய்... எளவட்டங்களா! இந்தக் கருப்பையா பயல், சிங்கப்பூரு செண்டுப் பவுடரை எங்கயோ தேடிப் பிடிச்சு கொண்டுவந்து.. மாயழகிப்பிள்ளையை மலத்திட்டான்டா!"

"டேய்... முறைகெட்ட பயலே! மாயழகி, உனக்கு தங்கச்சிடா!"

"ஏந்தங்கச்சியவா நான் சொன்னேன்? மச்சினன் கருப்பையாவை நக்கலடிக்கிறேன்."

"நக்கலடிச்சது போதும். கல்யாணம் முடியவும் மச்சினன்மார் அடிக்கிற 'நலுங்கடி' அடி. அதை, கருப்பையா தாங்குறானான்னு பார்ப்போம்."

"டேய்... கூறுகெட்ட முண்டங்களா! சத்தம்போடாம வாங்கடா. தண்ணிக் கெணத்துக்கு பொண்ணுக வருதுக..." என கருப்பையா சொன்னதும் எல்லோரும் சத்தம் காட்டாமல் நடந்தார்கள்.

இடுப்பில் குடங்களோடு வரும் குமரிப் பெண்கள், சிரிப்பும் கேலியுமாய் பேசிக்கொண்டு வந்தார்கள். யாரோடும் பேசாமல் இடது ஓரமாய் மாயழகி வந்தாள். எதிரே இளவட்டங்களை பார்த்ததும் அடக்க ஒடுக்கமாய் ஒதுங்கி நடந்தார்கள்.

கருப்பையா, மாயழகியை கண் கோதினான். சீவி சிங்காரித்து வரும் குமரிகளுக்கு மத்தியில், எந்த பூச்சும் இல்லாமல் நடந்து போனாள்.

குமரிகள் கடந்து நாலு எட்டு போனதும் கள்ளராமன் கேட்டான். "ஏன்டா... கருப்பையா! பொண்ணுக எல்லாம் எம்புட்டு ஜோடனையெ போறாளுக! ஏங்கொழுந்தியா மாயழகி மட்டும்... மொகத்திலே பவுடர்கூட பூசாமல் போகுதே! அதெல்லாம் நீ வாங்கி குடுக்கிறதில்லையா? பருசம் போட்டாச்சுன்னாலே, பாதி பொண்டாட்டிடா!"

"நான் ஒரு நல்ல மகராசனுக்கு வாக்கப்பட்டு வந்தேன். தாயில்லாத என் தங்கச்சியும் இந்த வீட்டுக்கு வாக்கப்பட்டு வந்தால், அக்காவுக்கு அக்காவா ஆத்தாவுக்கு ஆத்தாவா இருந்து நல்லதுகெட்டது பாத்துக்கிறலாம்னு ஆசைப்பட்டேன். கூடப்பொறந்த பாவிப் பய மண்ணை அள்ளிப்போட்டுட்டான்!" ஒருக்கலித்து படுத்துக்கிடக்கும் அரியநாச்சியின் கண்களில் நீர் ஓடியது.

"அடியே... விடுடீ! பருசம் முடிஞ்சு போச்சு! இன்னும் அதையே நெனச்சுக்கிட்டு... நீ அழுது பட்டினியா கெடந்து என்னாகப் போகுது? எட்டு, ஒம்பது வருசம் கழிச்சு... ஒரு பிள்ளையை வயித்திலே உண்டாகி இருக்கே! அதுக்கு ஒரு பங்கமில்லாமல் பெத்துபோடுற வழியை பாரு." இரண்டு நாட்களாக அரியநாச்சியை ஆற்றுவதுதான் பூவாயி கிழவிக்கு வேலை.

சோலை வீட்டுக்குள் நுழைவதை பார்க்காமலே, "ஏம்புருசனை தலைகுனிய வச்சுட்டான்ங்களே!" அரியநாச்சி கண்ணீர் விட்டாள்.

அரியநாச்சியின் தலைமாட்டில் வந்துநின்ற சோலை, "அட விடுங்க மதினி... எங்கண்ணனை தலைகுனியவைக்க... இந்த ஆப்பநாட்டிலே எவனும் பொறக்கலே. நான் மாட்டேன்னுதான் சொன்னேன். நீங்கதான் தங்கச்சி... தங்கச்சீன்னு ஒத்தக் கால்லெ நின்னீக. கெரகம் வெலகுச்சுன்னு கஞ்சியக் குடிப்பீகளா... என்னமோ? அழுதுக்கிட்டிருக்கீக!" என்றான்.

உட்கார்ந்தவாக்கில் சோலையை பார்த்த பூவாயி கிழவி, "ஏப்பா... சோலை! ஒங்க அண்ணனை எங்கே?" என்றாள்.

“அவரு காலையிலேயே காரேறி... சாயல்குடி போயிட்டாரு.”

“பெருநாழிக் காரியத்துக்கு என்ன சொன்னான்?”

“விட்டுட்டு வேலையை பாருடான்னாரு.”

அரியநாச்சி பக்கம் திரும்பிய பூவாயி, “அப்புறம் என்னடீ? கோபப்பட வேண்டிய ஓம்புருசனே... பொருப்படுத்தலே! நீ ஏன் அழுது அழுது நீந்து போறே! வா... ஒரு வாய்க் கஞ்சி குடி” சோற்றுத் தட்டை கையில் தூக்கினாள்.

பெருநாழி முத்துமாரி அம்மன் கோவிலை ஒட்டிய கடை, குப்பை ராவுத்தர் கடை. பொண்ணுகளுக்கு வேண்டிய அத்தனை அலங்காரப் பொருள்களும் இருக்கிற ஒரே கடை.

கடைக்குள் நுழைந்த கருப்பையா, எல்லாவற்றையும் புரட்டிப் போட்டுக் கொண்டிருந்தான்.

குப்பை ராவுத்தர், “ஏப்பா... ஏய் கருப்பையா! ஏன் எல்லாத்தையும் போட்டு ஒழப்புறே? என்ன வேணும்னு சொல்லு. எடுத்து தர்றேன்” என்றார்.

கருப்பையா காதில் வாங்குறமாதிரி இல்லை.

“இவன் யார்டா... கிறுக்குப் பயலா... இருக்கிறான்! என்னத்தை தேடுறான்?”

கருப்பையா தானே பேசினான். “குஞ்சம் குஞ்சம்”

“ஜடைக் குஞ்சமா?”

“ரிப்பனு”

“ரிப்பன் என்ன கலரு?”

“எல்லா கலர்லேயும் குடுங்க. ரிப்பனை வெட்டாதீங்க. அப்பிடியே குடுங்க. அப்புறம் குங்குமம் எல்லா கலர்லேயும் ராவுத்தரே.”

“ஏய் குங்குமம் எட்டு கலர்லேயா இருக்கும்?”

“விலைக் கூடுன பவுடர் டின் எது? நல்லா வாசமா இருக்கணும்”

“இது எல்லாமே வாசமாதான் இருக்கும்.”

“எல்லாத்தையும் ஒதுக்குங்க. வளையல் பெட்டி... வாசனை சோப்பு” என்றவாறு கருப்பையாவே ஒதுக்கினான்.

பிளந்த வாய் மூடாமல் நின்ற குப்பை ராவுத்தர், “ஏய்ய் எல்லாத்தையும் அள்ளூறியே! எனக்கு போட்டியா யாவாரம் பண்ணப் போறியா?” என்றார்.

ராவுத்தருக்கு காது கொடுக்காத கருப்பையா, தலையில் கட்டி இருந்த துண்டை அவிழ்த்து உதறி விரித்தான். எல்லாவற்றையும் அள்ளிப் போட்டு மூட்டை கட்டினான். தூக்கி தோளில் வைத்தான்.

“ஏப்பா... ஏய்! பாதி கடையை மூட்டை கட்டிக்கொண்டு போறியே! காசை எங்கேப்பா?” பரிதவித்தார் குப்பை ராவுத்தர்.

“காசு என்ன ராவுத்தரே... காசு! சாயங்காலம் ஒரு ஆட்டுக் குட்டி... ஒங்க வீட்டிலே நிக்கும். நல்ல இளங்குட்டி! பிரியாணியை போடுங்க!” பவுடர் வாசனையோடு நடையை கட்டினான் கருப்பையா.

●

13

பட்டத்து யானையும் பன்னியும் ஒன்னா..?

அடுப்பு புகைந்துகொண்டிருந்தது.

அடுக்களையில் பூவாயி கிழவி அரிசி களைந்துகொண்டிருந்தாள்.

நடு பத்தியில், ஒருக்கலித்து படுத்திருந்த அரியநாச்சி, கண்களை கசக்கிக்கொண்டே, "அடுப்பு ஏன் இப்பிடி புகையிது?" சேலை முந்தானையால் துடைக்க துடைக்க, கண்கள் எரிந்தன.

"ஈர விறகு! தீ பத்துதில்லே." உதடு குவித்து அடுப்பை ஊதிக்கொண்டே, பூவாயி கிழவி அரிசி களைந்தாள்.

"ஏத்தே... ஒங்களுக்கென்ன ரெண்டு காய்ஞ்ச சுள்ளி கெடைக்கலே? கண்ணு ரெண்டும் எரியுது!"

வீடு முழுக்க புகை மண்டியது. தலைவாசல் வழியே வீட்டுக்குள் நுழையும் ஒருத்தியை பார்த்து, "யார்டீ அவ?" என்றாள் பூவாயி.

"யாரு பூவாயி அக்காவா? கும்பிடுறேன்க்கா"

புகைக்குள் நுழைந்து வருபவள் இன்னாரென துலங்காத கண் எரிச்சலில், "யார்டீ?" என கேட்டாள்.

“நான்தான்... வள்ளி. பெருநாழி வள்ளி.”

“வாடி வாடீ வள்ளியாடீ! என்ன இந்த வேகாத வெயில்லே?”

படுத்தவாக்கில் தலைதிருப்பி பார்த்தாள் அரியநாச்சி. புகையின் ஊடே... செங்கமங்கலாய் தெரிந்தாள் வள்ளி அத்தை. ‘ஆத்தாடீ எங்க வள்ளி அய்த்தயிலே வர்றாக!’ என வாய்க்குள் முனகியவள், “யாரு... அய்த்தவுகளா? கும்பிடுறேன் அய்த்தே” ரெண்டு கைகளையும் சேர்த்து கும்பிட்டாள்.

“ஏந்தாயி... மகராசியா இருத்தா” அரியநாச்சியின் தலைமாட்டில் வந்து அமர்ந்த வள்ளி அத்தை, தலை கோதிவிட்டவாறு, “ஏத்தா. அரியநாச்சி நல்லா இருக்கியாத்தா?” குரல் உடைந்தது.

“இந்தா... இருக்கேன்லே புகழு கெட்டு!” கண்ணீர் வழிந்து தலையணையில் இறங்கியது.

“ஏன்டா... அம்மா! உனக்கென்னடா குறை?” அரியநாச்சியின் தலையை தூக்கி தன் மடியில் வைத்துக்கொண்டாள்.

“ஏ(ன்) ஒத்தப் பெறப்பைவிட்டு, என்னை ஒதுக்கி வச்சுட்டான்ங்களே!” வள்ளி மடிக்குள் முகம் புதைத்து, பெருங்குரலெடுத்து அழுதாள்.

“ஒன்னைய யாரும் ஒதுக்கலேடா... அம்மா. ஏஞ்செல்ல மக நீ! ஒன்னைய யார்டா ஒதுக்க முடியும்? அழுகாதடா அம்மா” தலையை நெஞ்சோடு அணைத்த வள்ளி அத்தையின் ரெண்டு சொட்டு கண்ணீர், அரியநாச்சியின் கன்னத்தில் விழுந்தது.

மடிக்குள்ளேயே அழுத அரியநாச்சி, கையூன்றி எழுந்து உட்கார்ந்தாள். “ஏத்தே! ஏந் தங்கச்சி மாயழகிப் புள்ள என்ன... செய்யுது? எப்பிடி இருக்குது?”

“இருக்குது! எப்போ பார்த்தாலும் ஓந்நெனப்புதான்! ஓம்பேச்சுதான்! எங்கக்கா வரலேன்னா.... தாலிக்கு கழுத்தை குடுக்க மாட்டேங்குது”

தரை பரசி அழுதாள் அரியநாச்சி. “ஏங்கருவேலங் கொளுந்தை இப்பிடி கருக வச்சுட்டான்ங்களே! கூடப்பொறந்த சின்னப்பய

பண்ணுன கேவலத்துக்கு... எந்த மூஞ்சியை வச்சுக்கிட்டு, நான் அங்கே வர?"

அடுப்பைவிட்டு எழுந்து வந்தாள் பூவாயி. "அடியேய் வள்ளி! இந்த அரியநாச்சிப் புள்ள பண்றது கொஞ்சம்கூட நல்லா இல்லடீ! வாக்கப்பட போற தங்கச்சியை நெனச்சு நெனச்சு... வயித்துக்குள்ளெ இருக்கிற பிள்ளையை கெடுத்துருவா போலிருக்குடீ!"

"அரியநாச்சி... அழுகாதேத்தே"

வள்ளிக்கு அருகில் பூவாயியும் குத்தவைத்தாள். "கம்பவுண்டர் மாரியப்பன், கை பிடிச்சு பார்த்துட்டு... இன்னும் நாலஞ்சு நாள்லெ பிள்ளை பெறந்திரும்னு சொல்லிட்டுப் போய்ட்டான். பெறக்கப் போறது... தலைப்பிள்ளை. கல்யாணமாகி ஒம்பது வருசம் கழிச்சு ஜனிச்சிருக்கு! வயித்துலெ சொமக்கிறவ... கொஞ்சம் பாங்கா... பக்குவமா... இருக்க வேணாம்? எப்போ பார்த்தாலும் தங்கச்சி... தங்கச்சீன்னு... அழுது நீந்துக்கிட்டுத்தான் இருக்கிறா! இது நல்லத்துக்கில்லேடீ!"

"யாரு! வள்ளிச் சின்னத்தாளா? கும்புடுறேன் சின்னத்தா" கையெடுத்து கும்பிட்டுக்கொண்டே வீட்டுக்குள் வந்தான் சக்கரைத்தேவன்.

"மகராசனா இருப்பே" வள்ளி ஒடுங்கி உட்கார்ந்தாள்.

"என்ன சின்னத்தா... பெருநாழி கல்யாண வேலை எல்லாம் நல்லபடியா நடக்குதா?" கட்டிலில் அமர்ந்தான்.

பதில் சொல்ல வார்த்தை இன்றி, வள்ளி அத்தை தலை குனிந்தாள்.

அரியநாச்சி, ஆங்காரமும் வேதனையும் பொங்க, தன் புருசனை கைகாட்டி, "ஏம்புருசன்... ஒரு யானைமாதிரி! அந்த பாண்டிங்கிற சின்ன நாயி... ஏஞ் சிங்கத்த... அவமரியாதை பண்ணிருச்சே!" அழுதாள்.

உதட்டோரம் சிரித்தான் சக்கரைத்தேவன். "அவன் கெடக்கான் சின்னப் பய. அவன் மரியாதை கொடுத்துத்தான் இங்கே நெறைய போகுதாக்கும்? அதுக்கு, நீ ஏம்மா அழுகுறே?"

பூவாயி பக்கம் திரும்பிய சக்கரைத்தேவன், “எங்க வள்ளிச் சின்னத்தா... வராத பொம்பளை வந்துருக்கு! கஞ்சி தண்ணி ஏதும் ஆக்குனீகளா?” என்றான்.

“இந்தா... ஆயிருச்சு ஆயிருச்சு” பூவாயி எழுந்து அடுப்பு பக்கம் ஓடினாள்.

சக்கரை, சட்டையை கழற்றிக்கொண்டே, “வள்ளி சின்னத்தா... இந்த வீட்டுக்கு வாக்கப்பட்டுவர வேண்டிய பொம்பளை. எங்க சித்தப்பன் ராமசாமிதேவருக்கு கொடுத்து வைக்கலே!” என்றான்.

“சக்கரை... இந்த நேரத்திலே எதுக்குப்பா... அந்தப் பேச்சு?” வள்ளி தலைகவிழ்ந்தாள்.

“ஏதோ... என் மனசுலே ஓடுச்சு.”

முழுதாய் சக்கரைத்தேவனின் பக்கம் திரும்பி அமர்ந்த வள்ளி அத்தை, “ஏ(ம்) வயித்திலே பொறந்த பிள்ளையா உன்னை நெனச்சுத்தான் நான் வந்தேன்” என்றாள்.

“சொல்லுங்க சின்னத்தா”

“அந்தச் சின்னக் களுத பாண்டிப் பயலை... நீ பெருசா நெனைக்க வேணாம். ஓ(ம்) மரியாதை அந்த நாய்க்கு தெரியலே. வீட்டுக்கு பெரிய ஆளு எங்கண்ணன்... ஜெயில்லெ கெடக்குறாரு. ஒங்க அம்மான் வெள்ளையத்தேவனுக்காக... நீ குடும்பத்தோட வந்து... ஒங்கொழுந்தியா மாயழகி கல்யாணத்தை முன்னேநின்னு நடத்திக் குடுக்கணும்ப்பா”

அரியநாச்சியும் பூவாயி கிழவியும் சக்கரைத்தேவனின் வாயையே பார்த்துக்கொண்டிருந்தார்கள்.

பொழுது சாய, இடுப்புக் குடங்களோடு தெரு வழியே கிளம்பிய குமரிகள், நல்ல தண்ணீர் கிணற்றுப் பாதையில் நுழைந்தார்கள். ஓரமாய் நடந்துவரும் மாயழகியை ஒதுங்கவிடாமல், வளைத்து வளைத்து நடுக்கட்டி, வாய் ஓயாமல் சிரிப்பும் கேலியுமாக பேசிக்கொண்டே வந்தார்கள்.

“இன்னும் ரெண்டு நாள்தான் மாயழகி நம்மளோட தண்ணிக்கு வருவாள்.”

“வர்ற வெள்ளிக்கிழமை கல்யாணம்.”

“ஏன்டீ... தாலி கழுத்திலே ஏறுச்சுன்னா... தண்ணியுமா தவிக்காமல் போகும்!”

“மச்சான் மடியிலே மயங்கி கிடக்கிறவளுக்கு... தண்ணி எங்கே தவிக்கப்போகுது? அப்போ உள்ள தவிப்பெல்லாம் வேறயா இருக்கும்!”

“ச்சீய்... கழுதைகளா! எப்போ பார்த்தாலும் ஒங்களுக்கு இது தானாடீ பேச்சு? ஒமட்டுது!” கைவாக்கில் வந்தவளின் முதுகில் ஓங்கி அறைந்தாள் மாயழகி.

“ஆமா... மா... இன்னும் ரெண்டு நாளைக்கு எல்லாம் ஒமட்டத்தான் செய்யும். பாலு புளிக்கும் பழம் கசக்கும்! கருப்பையாங்கிற பேரு மட்டும்தான் இனிக்கும்!” சொன்னவளை அடிக்க கை ஓங்கிய மாயழகி, கூட்டத்துக்குள் இருந்து பிரிந்து, பின்னால் தனியே நடந்து வந்தாள்.

பாதை ஓர முள் புதருக்குள் பதுங்கியிருந்தான் கருப்பையா. குப்பை ராவுத்தர் கடை சோப்பு, சீப்பு, பவுடர், ரிப்பன் எல்லாம் துண்டு விரிப்பில் இருந்தன. கருப்பு சட்டை. கலர் கைலி. ஆளும் கருப்பு. இளம் இருட்டோடு இருட்டாக பதுங்கி நின்று, தூரத்தில் வரும் குமரிகளின் பேச்சு சத்தத்துக்கு காது கொடுத்தான். நெஞ்சு ‘கெதக்கெதக்’ன்னு அடிக்குது. புதருக்கு வெளியே தலை நீட்டி, மாயழகி தனித்து வருவதைக் கண்டுகொண்டான். முழநீள முள் கொத்து ஒன்றை கையில் எடுத்தான்.

வந்த குமரிகள் தன்னை கடந்ததும், கையிலிருந்த முள்ளை, தனித்து நடந்து வந்த மாயழகிக்கு முன்னே போட்டான்.

முள்ளிலேயே கால் வைத்த மாயழகி, ‘ஆவ்வ்!’ என்றபடி குனிந்தாள்.

புதருக்குள் இருந்து வெளிப்பட்ட கருப்பையா, மாயழகியின் கால் முள்ளை பிடுங்கினான். கொப்பளிக்கும் ரத்தத்தை வாய்வைத்து உறிஞ்சினான். பதறி கத்தப்போன மாயழகியின் வாயைப்பொத்தி, இடுப்போடு வளைத்து தூக்கிக்கொண்டு புதருக்குள் போனான்.

“அக்காளும் அக்கா புருசனும் வரலேன்னா... மாயழகிப் புள்ள வாக்கப்பட மாட்டேங்குது” என்றாள் வள்ளி அத்தை.

சக்கரை சிரித்தான். “அந்தப் புள்ள ஏன் அப்பிடி சொல்லுது! யார் யாருக்குன்னு ரொணவந்தம் போட்டுருக்கோ... அப்பிடித்தான் முடியும். பாவம் தாயில்லாத புள்ள. எங்களாலே இந்தக் கல்யாணம் நிக்க வேணாம். நாங்க வந்துர்றோம்.”

கண்களும் வாயும் பிளக்க, புருசனையே பார்த்தாள் அரியநாச்சி.

“ஆனா... ஒன்னு சின்னத்தா... ‘பொண்ணு குடுக்க மாட்டேன்னுட்டோம். அப்புறம் என்ன மசுத்துக்கு வெள்ளாங்குளத்துப் பயலுக வந்தான்ங்கன்னு... பெருநாழிக்காரன் எங்களை எளப்பமா பேசிறக்கூடாது பாத்துக்கோங்க”

புட்டம் தேய்த்து ஓர் அடி முன்னே நகன்ற வள்ளி அத்தை, “எந்த நாய் பேசும்? பட்டத்துயானையும் பன்னியும்ஒன்னா? நீ வாப்பே” இரண்டு கை விரல்களையும் தன் மடிக்குள்ளேயே சந்தோசத்தில் கோர்த்தாள்.

அரியநாச்சிக்கு புருசனை பார்க்க பார்க்க பெருமையும் அழுகையும் பொங்கிகொண்டு வந்தது.

“இதெல்லாம் உனக்கு தான் மாயழகி” துண்டில் விரித்திருந்த அழகு சாதனப் பொருட்களை எல்லாம் காட்டினான்.

மேலாடைகளை சரி செய்துகொண்டே, கருப்பையாவையும் அழகு சாதனப் பொருட்களையும் மாறிமாறி பார்த்தாள்.

“ரெண்டு நாளா... தண்ணிக்கு வர்றபோது, முகத்திலே பவுடர் பூசாமல் வந்தேய்லே? அதுதான் ராவுத்தர் கடையிலே உள்ளதை எல்லாம் அள்ளிட்டு வந்துட்டேன். கொண்டு போ மாயழகி.”

மாயழகி எதுவும் பேசாமல் புதரில் கிடந்த குடத்தை எடுத்துக் கொண்டு நகன்றாள். கருப்பையா மறித்து நின்றான். நெருங்கி வந்து மாயழகியின் கண்களையே பார்த்தான். மாயழகியும் பார்த்தாள். இறுக கட்டியணைத்தான். கருப்பையாவின் தோளில் சாய்ந்த மாயழகியின் கண்கள் செருகின. இன்னும் இறுக்கி அணைத்து, கழுத்துக்குள் முகம் புதைத்தான்.

‘விருட்’டென உதறிய மாயழகி, வலது கையால் கருப்பையாவின் குரல் வளையை பிடித்து நெறித்தாள்.

●

14

‘இல்லே... சும்மா கேட்டேன்’

அரண்டு போனான் கருப்பையா. குரல்வளை யிலேயே இருந்தது மாயழகியின் கை.

‘அய்யய்யோ! கேவலப்பட்டுப் போச்சே!’ பாம்பை மிதித்தமாதிரி பதறிப் போனான். நெஞ்சு, ‘பதக்பதக்’ன்னு அடிக்குது. ரத்தமும் சதையும் காய்ஞ் சுபோச்சு. வெறும் எலும்புக்கூடாய் நின்றான். ‘பருசம் போட்டாச்சுன்னா... பாதி பொண்டாட்டின்னு சொன்ன ஊருப் பயலுக பேச்சைக்கேட்டு வந்தது தப்பா போச்சே!’

மாயழகியின் கை தளர்ந்தது. கழுத்தை விட்டுவிட்டாள். இடுப்புக் குடத்தோடு புதரைவிட்டு பாதைக்கு வந்தாள். கருப்பையாவை நோக்கி கைநீட்டி, “லூஸு லூஸு!” என்றவள், ‘க்ளுக்’ என சிரித்தாள். கிணற்றை நோக்கி நடந்துபோனாள்.

“சிரிக்கிறாள்!” முணுமுணுத்தான்.

கண்கள் நிலைகுத்த, வாய் பிளந்தவாறு முள்ளுப் புதருக்குள்ளேயே நின்றான். சந்தோசம் தாங்கமுடியலெ. இருட்டுப் புதருக்குள் குதித்த குதியில், காலில் ‘வதக்’ என முள் ஏறியது.

உள்ளே வருகிற எல்லா கைதிகளுக்கும் வந்த புதுசுலெதான், அது ஜெயில். அதிகபட்சம் ஒரு வாரம். ஜெயில் களியும் பூட்டு, திறப்பும் பழகிருச்சுன்னா... அது ஒரு தனி லோகம்!

விடுதலையாகி வெளியே போகிறவரை, சுற்றுக் கோட்டைதான் கோடிக்கால் பூதமா நின்னு மிரட்டும். வலு இருந்தா... இடிச்சு தள்ளிட்டு போயிருவான்ங்க. இடிக்க எங்கே இடிக்க? வெள்ளைக்காரன்ங்க கட்டின கோட்டை. காரைகூட பெயராமல் கம்பீரமா நிக்குது.

இளவட்டக் கைதிகள் எல்லாம் ஊர்ப் பெருமை, ஜாதிப் பெருமை பேசிக்கிட்டே... சந்தோசமாதான் இருக்கிறான்ங்க. தெரியாத்தனமா வந்து சிக்கிய ஒன்னு ரெண்டு கிழடு கெட்டைகள் பாடுதான் சிரமம். எப்போ பார்த்தாலும் பிள்ளைகள் நெனப்பு. வீட்டு நெனப்பு. காலம் போன காலத்திலே ஞானோதயம் பிறக்கும். பேச்சு துணையா வந்து சிக்குற இளவட்டப் பயலுககிட்டே அறிவுரையா அள்ளி தட்டுவாங்க. சிக்குறவனுக்கு இது ஒரு தண்டனை.

உள்ளே இருக்கிற கைதிகளில் வெள்ளையத்தேவன்தான் மூத்த ஆளு. பேச்சு, சுருக்கம். ஒரு நாளைக்கு பத்து வார்த்தை பேசுறதே அதிகம். எல்லாம் பார்வைதான். அத்தனை கைதிகளுக்கும் இவரு ‘அய்யா’ தான். கைதிகளுக்கு மட்டுமில்லெ. ஜெயில் வார்டர், கண்காணிப்பாளர் அத்தனை பேருக்கும் வெள்ளையத்தேவன் மேலே ஒரு மரியாதை.

அரசமர சுற்றுத் திண்டில் வெள்ளையத்தேவன் கவிழ்ந்தபடி அமர்ந்து இருந்தார்.

“அய்யா!”

நிமிர்ந்து பார்த்தார். ஏழெட்டு கைதிகள், கை வேலைகளை போட்டுவிட்டு வந்து முன்னே நின்றார்கள்.

“ம்?”

“அடுத்த வாரம் அய்யா விடுதலையாகி போறீகளாம்!”

மறுபடியும் தலை கவிழ்ந்தார்.

கைதிகள், ஒருவர் முகத்தை ஒருவர் பார்த்தனர்.

“ஜெயிலைவிட்டு அய்யா விடுதலையாகிப் போறது, எங்களுக்கு சந்தோசம்தான். ஆனாலும்”

சொன்னவனை ஏறிட்டுப் பார்த்தார்.

அடுத்தவன் சொன்னான். “அய்யா... நாங்க நல்ல பயலுக இல்லை. கொலை, களவு பண்ணிட்டு உள்ளே வந்த குத்தவாளிகள்தான். செஞ்ச தப்புக்கு தண்டனை அனுபவிக்கதான் ஜெயிலுக்கு வந்தோம். ஆனால், நீங்க இருக்கிற இந்த ஜெயிலு... எங்களுக்கு ஜெயிலா தெரியலெ.”

வெள்ளையத்தேவனின் தலை, தாழ இறங்கியது.

“எங்களை விட்டுட்டு அய்யா போறது, நெஞ்சுக்குள்ளே ஒரு பக்கம் குத்துது.” எல்லோரும் மௌனமாய் நின்றார்கள்.

அரசமரம் நோக்கி வந்த வார்டர், “என்ன இங்கே கூட்டம்?” என்றவர், “ஓ!தேவர் இருக்காரா?” விலகி நின்ற கைதிகளுக்குள் நுழைந்தார்.

வார்டரை பார்த்ததும், “லீவுக்கு எசமான் என்ன சொன்னாரு?” என்றார் வெள்ளையத்தேவன்.

“அடுத்த வாரம் விடுதலையாகி போகப் போறீக. அதுக்கு இடையிலே எப்பிடி லீவு தருவாகதேவரே?” வெள்ளையத்தேவனுக்கு அருகில் அமர்ந்தார் வார்டர்.

“நாளை ஏம்மகள் கல்யாணம்!”

“வாஸ்தவம்தான். என்ன பண்றது? சர்க்கார் கொடுக்கிற சிறப்பு சலுகையிலெ... உங்க பேரைதான் முதல் ஆளா சிபாரிசு பண்ணி இருக்கோம். மூணு வருசம் தண்டனை கழியுது. ஒரு நாள் போய் கல்யாணத்திலே தலை காட்டுறது முக்கியமா? மூணு வருச தண்டனைக் கழிவு முக்கியமா...தேவரே?”

“அதுக்கில்லே. ஏம்மக... தாயில்லாத பிள்ளை. தகப்பன் உயிரோட இருந்தும் போகமுடியலையேன்னுதான் நெஞ்சை பிசையுது!” கண் ஓரம் கலங்கியது.

சுற்றி நின்ற எல்லோர் நெஞ்சையும் பிசைந்தது.

“ஏம்மகன் ஒரு அவசரப் புத்திக்காரன். சொந்த பந்தத்தை அனுசரிச்சு, சண்டை சத்தமில்லாமல் கல்யாணத்தை முடிக்கணும். எப்பிடி கரை ஏறப் போறானோ!” வெள்ளையத்தேவனின் இமைகள் தளும்பின.

வெள்ளாங்குளத்துக்கு வள்ளி அத்தை வந்து போனபின்தான், பூவாயி கிழவி ‘உஸ்ஸ் அப்பாடா!’ என நிம்மதியாய் மூச்சுவிட்டாள். அன்னம் தண்ணி எடுக்காமல் அரியநாச்சி அழுது கிடந்தது, பூவாயி காவல் இருந்தது, எல்லாம் இப்போ இல்லை.

உறவுமுறைக்கு முன்னாடி அசிங்கப்பட்ட புருசன் சக்கரைத்தேவன், பெருந்தன்மையா எல்லாத்தையும் மறந்து, ‘கல்யாணத்துக்கு நாங்க வந்துருவோம்’ன்னு வள்ளிக்கு வாக்கு கொடுத்து அனுப்பிட்டான். புருசன் சொன்ன சொல்லு... அரியநாச்சி கண்ணீரை துடைச்சிருச்சு. படுத்த படுக்கையாவே அழுது கிடந்தவள், எழுந்து நடமாட ஆரம்பிச்சுட்டாள். சோறு கஞ்சி காய்ச்ச கிளம்பிட்டாள்.

பூவாயிக்கு கொஞ்சம் விடுதலை. காலையிலேயும் சாயங்காலமும் வந்து எட்டிப் பார்ப்பாள்.

“அரியநாச்சி... என்னடீ பண்றே?” என விசாரிப்பாள். வீடு, வாசலை கூட்டி பெருக்குவாள். பாத்திரம் பண்டங்களை விளக்கிப் போடுவாள். அரியநாச்சியை உட்காரவச்சு குளிப்பாட்டுவாள். கலைந்துபோட்ட சேலை, துணிமணியை கண்மாய்க்கு கொண்டுபோய் துவைத்துப் பிழிந்தெடுத்து வருவாள்.

“பூவாயி அய்த்தைக்கு, நான் என்ன கைம்மாறு பண்ணப் போறேனோ!” என அரியநாச்சி புலம்புவாள்.

“அடி... இவ யாருடீ! நீ எங்க வெள்ளையண்ணன் மகள்! உனக்கு ஊழியம் பார்க்காம... யாருக்கு பார்க்கப் போறேன்? கைம்மாறாம் கைமாறு! அதெல்லாம் ஒரு கழுதையும் வேணாம். கை காலு சுகத்தோட நீ ஒரு பிள்ளையை பெத்துப்போடு. அது போதும்” என்பாள் பூவாயி.

பொழுது சாய்ந்து கொண்டிருந்தது. காலையில் வந்துபோன பூவாயியை எதிர்பார்த்து, தாழ்வார திண்ணையில் அமர்ந்திருந்தாள் அரியநாச்சி.

வண்டிப் பாதை வழியாக சக்கரைத்தேவனின் கூட்டு வண்டிதான் வந்தது. சோலை ஓட்டி வந்தான்.

"அரியநாச்சி..." என்றபடியே வண்டியைவிட்டு இறங்கிவந்த சக்கரைத்தேவன், எதிர் திண்ணையில் அமர்ந்தான். "என்னம்மா இங்ஙன உக்காந்திருக்கே?"

புருசன் சொன்னதை காதில் வாங்காமல், "குடிக்க தண்ணி கொண்டு வரவா?" என்றபடி கையூன்றி எழ முயன்றாள்.

"சிரமப்படாதே... நீ உக்காரும்மா." கை அமர்த்தினான்.

அரியநாச்சியின் மனசெல்லாம் நெறஞ்சு போயிருந்தான் புருசன்.

வண்டியை ஓரங்கட்டி, காளைகளை அவிழ்த்து கட்டுத்துறையில் தறித்துவிட்டு வந்தான் சோலை.

சாவகாசமாய் கால்விரித்து அமர்ந்திருந்த அரியநாச்சி, கொழுந்தனைக் கண்டதும் காலொடுக்கி அமர சிரமப்பட்டாள். மதினிக்காரி சங்கடப்படுவதை பார்த்த சோலை, "நீங்கபாட்டுக்கு இருங்க மதினி..." வீட்டுக்குள் நுழைந்தான்.

"ஏப்பா... சோலை... குடிக்க தண்ணிகொண்டு வா" என்ற சக்கரைத்தேவன், அரியநாச்சியின் முகத்துக்கு நேர் பார்த்து, "நாளை எந்நேரம் கிளம்புறதும்மா?" என்றான்.

"சாயங்காலம் போவோம்."

"நம்மகூட பூவாயி சின்னத்தா வரும். வேறயாரு வருவாக?"

"வேற யாரு வரப்போறாக? 'கல்யாணத்துக்கு வாங்கன்னு இந்தூர்லெ ஒரு பிள்ளைக்கு சொல்லலெ. அப்புறம் எப்பிடி வருவாக? நம்ம போறதே... ஏந்தங்கச்சி மாயழகிக்காக!" என்றவள், குரல் தாழ்த்தி, "ஆமா... ஒங்க தம்பி வரணும்லே?" என்ற போது, தண்ணீர் செம்பை சக்கரைத்தேவனுக்கு முன்னால் நீட்டிக்கொண்டு நின்றான் சோலை.

“ஏப்பா... சோலை. நாளைக்கு பெருநாழி போய்ட்டு வந்துருவோம்.” தம்பியை ஏறிட்டுப் பார்த்துச் சொன்னான் சக்கரைத்தேவன்.

“கல்யாணத்துக்கா? நான் எதுக்கு? அந்தப் பயலுக மூஞ் சியிலே நான் முழிக்கமாட்டேன்”

“அடேய்... விடுறா. அவன்ங்களுக்கு தெரிஞ்சது அம்புட்டுத்தான். ஜெயில்லெ கிடக்குற நம்ம அம்மானுக்காக போய் தலையை காட்டிட்டு வந்துருவோம். நாளை சாயங்காலம் வண்டியை பூட்டு.”

லோட்டா சாயா கடையிலே, சாராயம் தீ பறந்து கொண்டிருந்தது. பெருநாழி இளவட்டங்கள் எல்லாம் இங்கேதான் கிடக்கிறான்.

கடைக்கு உள்ளே இளவட்டங்களும் ஓரஞ்சாரமாய் பெருசுகளும் அமர்ந்து சாராயத்தை மண்டிக்கொண்டிருந்தார்கள்.

கை ஓயாமல் ஊற்றி கொடுத்துக்கொண்டிருந்தான் லோட்டா. “அடேய்.. எளவட்டங்கா! ஓசி சாராயத்தை குடிங்க. அதிலேயே குளிக்காதீங்க”

போதை தலைக்கேறிய கள்ளராமன், “அடேய் லோட்டாப் பயலே! கல்யாண மாப்பிள்ளை கருப்பையா வேப்பங்குளம் சாராயத்தை கேன்கேனா இறக்கிட்டான். நாங்க குடிக்கிறோம் குளிக்கிறோம். அதைபத்தி நீ கவலைப்படாதே. ஊத்திக் குடுக்கிறதுதான் உன் வேலை. அந்த வேலையை ஒழுங்கா பாரு...” என்றான்.

ஓங்கி மிதித்தான் லோட்டா. “ராத்திரி தாலிகட்டு. எல்லாரும் இம்புட்டு போதையோட போயி சபையிலே நில்லுங்க. மணத்துப் போகும்!”

மிதியை வாங்கிகொண்ட கள்ளராமன், “அதை நீ சொல்லக்கூடாது. சாராய வாடையே அறியாத ஒரு பெரிய மனுசன் சொல்லட்டும்” என சிரித்தான்.

"இந்த ஊர்லேயே குடிக்காத பெரிய மனுசன் கோவிந்தச் சித்தப்புதான். அவர்கிட்டே போய் நில்லு. செருப்புட்டேயே அடிப்பாரு."

"அடிக்கட்டும். நல்லா அடிக்கட்டும். அவரு யாரு? எங்க பெரியப்பன்தானே? அதைபத்தி நீ பேசாதே. உன் வேலை... ஊத்தி ஊத்தி குடுக்கிறதுதான். இந்தா ஊத்து"

கேசவன் வாய் திறந்தான். "ஆமா... வெள்ளாங்குளத்து சக்கரை அண்ணன் வருவாரா?"

"வந்தாலும் வரலாம்."

"அவரு தம்பி... சோலை வருவானா?"

"அவனை ஏன் கேக்குறே? ஏதும் கலகம் இழுக்கப் போறியா?"

"இல்லே... சும்மா கேட்டேன்."

●

15

அருவாள் எதுக்கு

"வெள்ளாங்குளத்துச் சக்கரையும் அவரு தம்பி சோலையும் கல்யாணத்துக்கு வருவாங்களான்னு சும்மாதான் கேட்டேன்." கைச் சாராயத்தை வாய் எடுக்காமல் முழுங்கினான் கேசவன்.

கள்ளராமனுக்கு போதை, போன போக்கு தெரியலெ. கேசவனையே பார்த்துக்கொண்டிருந்தான்.

லோட்டாவுக்கு, ஓசி சாராயத்தை ஊத்திக் கொடுத்து முடியலே. கடைக்கு உள்ளேயும் வெளியேயும் போதைச் சத்தம் கிழியுது.

"ஓசியிலே கிடைக்குதுன்னு... ஒரேயடியா சாராயத்தை குடிச்சிட்டு மல்லாந்திறாதீங்கடா... ராத்திரி தாலிகட்டுவரை முழிச்சிருக்கணும்."

சாயாக் கடையை ஒட்டி ஒரு பெரிய கிணறு. கிணற்றை சுற்றி பாளம் பாளமாய் பட்டியல் கல்லு. பௌர்ணமி நிலா. 'குளு குளு'ன்னு இருக்கிற பட்டியல் கல்மேல், சாவகாசமா கால்நீட்டி உட்கார்ந்து தண்ணி அடிக்கிற பெருசுகளுக்கு முக்கால் போதை. கடைக்குள் உட்கார்ந்து குடிக்கிற இளவட்டங்களுக்கு முழு போதை.

மச்சினன்மார்களுக்குள் கேலியும் கிண்டலுமாக சிரிப்பு சத்தம் பலமா கேக்குது. பேச்சு எங்கே ஆரம்பிச்சாலும் சுத்தி வந்து நிற்கிறது லோட்டடா மேலேதான்.

"இன்னைக்கு அடிக்கிற சரக்கெல்லாம், கல்யாண மாப்பிள்ளை கருப்பையா கணக்கு. ஊத்திக் குடுக்கிற லோட்டடாப் பய காசு கேட்டான்னா... அவன் காலை வெட்ட வேண்டியதுதான்."

"நமக்கெல்லாம் ஊத்தி ஊத்தி குடுக்கிறானே! ஒரு பொட்டுச் சாராயம் அவன் குடிச்சானா?"

"அதெப்படி குடிப்பான்? குடிச்சிட்டு வீட்டுக்கு போனா மதினிகிட்டே வெளக்கமாத்து அடி வாங்கணும்லே?"

"வெளக்கமாத்தாலே அடிச்சா... வெளியே சத்தம் கேக்கும்டா. வாளி கயிறை கழுத்திலே போட்டு ஒரே இறுக்கு!"

"அதுதான் வெளியே சத்தம் கேக்குதில்லையோ?"

பங்காளி முறைகாரன்ங்களும் கை தட்டி சிரிக்கிறான்ங்க. ம்ஹூம். யார் என்ன பேசினாலும் லோட்டடாவுக்கு கோபம் வரலே.

"போங்கடா... வெங்கம்பயலுகளா" கால்வாக்கில் அமர்ந்திருந்த புளிமூட்டையை ஒரு மிதி மிதித்தான்.

"மிதி மாப்பிளே. நல்லா... மிதி. இதுக்கும் சேர்த்து எங்கக்காவை மிதிக்கச் சொல்றேன்."

வீட்டு முற்றத்தை அடைத்து, தென்னந்தட்டி பந்தல். காந்த லைட்டு வெளிச்சம். நுழைவாசலில், குலை தள்ளிய ரெண்டு வாழை மரம். மூலையிலே மைக் செட்.

மேற்கே, சோத்து பந்தியில் பொம்பளைக கூட்டம். தரையில் மாத்து சேலை விரிப்பில் அமர்ந்து, சோத்தையும் குழம்பையும் அணைகட்டி அடித்தார்கள். சாப்பிட்டு முடித்த பொம்பளைக, சட்டியிலேயும் தூக்கு வாளியிலேயும் அள்ளிக்கொண்டு அவரவர் வீடு நோக்கி போனார்கள். வந்து சாப்பிட முடியாத கிழடு கெட்டைக வயிறு பட்டினியாவா கெடக்கும்?

ஆம்பளைகளை காணோம். எல்லா பேரும் லோட்டா சாராயக் கடையிலே கிடக்கிறான்ங்க. குடி ஒத்துக் கொள்ளாத ஐந்தாறு பெருசுகள் மட்டும், சோத்தை தின்னுட்டு, பந்தலில் அமர்ந்து பேசிக்கொண்டிருந்தார்கள்.

"மேகம் குமுறுதே! வலுவா மழை பெய்யுமோ?"

"பேயட்டும் பேயட்டும். ராத்திரி தாலிகட்டு முடியவும் பேயட்டும்."

"வெள்ளையண்ணன் வர்றாரா? ஜெயில்லெ லீவு கெடச்சிருச்சா?"

"அதுக்கெல்லாம் பாண்டி ஏற்பாடு பண்ணி இருப்பான்."

தின்ன சோறு செமிக்க, சிறுவர்கள், பந்தலுக்குள்ளேயே ஓடிபிடித்து விளையாடிக் கொண்டிருந்தார்கள்.

வாசலில் நிற்கும் வாழைக் குலையில் எம்பி எம்பி குதித்து, காய் பிடுங்கிய சிறுவனை, "வாழைக்காயை புடுங்காதே... புடுங்காதேன்னு சொன்னா... சின்னப் பயபிள்ளைக கேக்குதான்னு பாரேன்" அடிக்க கை ஓங்கினார் ஒரு பெருசு.

மைக் செட்டுக்காரனை பார்த்து, "அடேய்... செட்டுக்காரா! என்ன பாட்டு போடுறே... கக்கர புக்கரன்னு? எம்ஜார் பாட்டு போடு" சத்தம் போட்டார்.

மைக் செட்டுக்கார சப்பாணி, பாட்டை மாற்றினான்.

'நல்ல நல்ல பிள்ளைகளை நம்பி

இந்த நாடே இருக்குது தம்பி.

சின்னஞ்சிறு கைகளை நம்பி

ஒரு சரித்திரம் இருக்குது தம்பி'

பெருசு, மெய்மறந்து தலை ஆட்டினார். ஊடே ஓடி வந்த சிறுவன், ரெண்டு சேர்களை குப்புற தள்ளிவிட்டான். அடிக்க கை ஓங்கிய பெருசு, "காலிப் பய பிள்ளைக!" சிறுவனின் முதுகில் 'பொத்' என ஒரு போடு போட்டார்.

பந்தலுக்கு வெளியேபோன சிறுவன், குனிந்து ஒரு கல்லை எடுத்தான். குறி பார்த்து எறிந்தான்.

"ஆத்தாடீ... மண்டையை பொளந்துட்டானே!" பெருசு, மண்டையை பொத்தினார்.

எம்.ஜி.ஆர். பாடினார்.

'சின்னஞ்சிறு கைகளை நம்பி

ஒரு சரித்திரம் இருக்குது தம்பி'

பெருசு கத்தினார். "அடேய்... செட்டுக்காரா! பாட்டை நிறுத்துடா"

பாதியிலேயே பாட்டு நின்றது.

லோட்டா கடை சிரிப்பு, கும்மாளத்தில், கேசவனும் கள்ளராமனும் ஒட்டாமலே இருந்தான்ங்க. 'இல்லே... சும்மாதான் கேட்டேன்' என கேசவன், சொன்னதையே சொல்வது, கள்ளராமன் மனசுக்குள்ளே குறு குறுத்தது.

"அதென்னடா... சும்மா?" கேசவனை துருவினான் கள்ளராமன்.

கையிலிருந்த சாராயத்தை வாயருகில் கொண்டுபோன கேசவன், "இல்லே... சும்மாதான்" ஒரே மடக்கில் இறக்கினான்.

கேசவனை உற்றுப்பார்த்த கள்ளராமன், "அடலேய்... உன் பேச்சு சீரா... தெரியலையே!" ஊறுகாயை தொட்டு நக்கினான்.

பேச்சை அரைகுறையாய் காதில் வாங்கிய குருவி மண்டையன், "கல்யாணத்துக்கு வர்ற வெள்ளாங்குளத்து கைகளோட... கலகம் பண்ற திட்டம் இருந்ததுன்னா... முன்னக் கூடியே சொல்லிருங்கப்பா. அதுக்கு தோதா... நாங்க வரணும்லே!" செட்டையை தூக்கி, பலக்கச் சொன்னான். எல்லோர் கவனமும் திரும்பியது. கேசவனை பார்த்தார்கள்.

"ஏப்பா... கேசவா! பாண்டி மச்சான் ஏதாவது சொன்னாரா?"

"என்ன?"

"வர்றவன்ங்களோட... வம்பு இழுக்கச் சொன்னாரா?"

"இல்லையே."

"ம்ஹூம். நீ எதையோ மறைக்கிறே."

உள்ளே நுழைந்த ஒரு பெருசு, அரைகுறையாய் காதில் வாங்கி கொண்டு நின்றார். இளவட்டங்கள் பேசினார்கள்.

"எனக்கென்னமோ இது சரியா படலே. பருசம் போடுற அன்னைக்கு... பாதையிலே காவலுக்கு நின்னோம். அவன்ங்க வரலே. இன்னைக்கு எதையாவது கிளப்பிவிட்டு, கல்யாணச் சோறு திங்கவிடாமல் பண்ணீறாதீங்கப்பா."

நின்றுகொண்டிருந்த பெருசுக்கு இப்போதான் விளங்கியது.

"ஏன்டா... டேய்! எல்லாரும் கொழுத்துப்போய் திரியிறீகளாடா? சக்கரை, இந்த ஊர் நாட்டிலே எம்புட்டு பெரிய மனுசன்! வீட்டுக்கு மூத்த மாப்பிள்ளை வேற! அவனை ஒதுக்கிட்டு பருசம் போட்டதே தப்பு. கல்யாணத்துக்கு அவன் வந்தால் கலகம் இழுக்கச் சொல்லி எவன் சொன்னான்?" பெருசு படபடத்தார்.

"சக்கரையும் பாண்டியும் ஒன்னுக்குள்ளே ஒன்னு சம்பந்தகாரன்ங்க. இப்போ அடிச்சுக்கிருவான். நாளைக்கு கூடிக்கிருவான்ங்க. ஊடே உள்ள பயலுக, ஓசி சாராயம் குடிக்கிறதுக்காக ஏதாவது பேசாதீக. வம்பா அழிஞ்சு போவீங்க ஆமாம்."

மணப்பொண்ணு மாயழகியை சுற்றிலும் அமர்ந்து, குமரிகள் ஜோடனை பண்ணிக் கொண்டிருந்தார்கள். வீட்டு உள் அறைக்குள் ஒரு பெரிய மனுசிகூட இல்லை. எல்லாம் குமரிகள் கூட்டம். கேலியும் சிரிப்பு சத்தமும் வீட்டை அடைக்குது.

மாயழகி, கவிழ்ந்தே இருந்தாள்.

"கால்லெ குத்துன முள்ளை புடுங்கிற சாக்கிலே... கருப்பையா மச்சான் ஒளிஞ்சிருந்த புதருக்குள்ளே போறாடீ... இந்த மாயழகி!"

"கட்டப் போறவ கால்லெ முள்ளு குத்தவும்... கருப்பையா மச்சான் துடிச்சதென்ன! கால் ரத்தத்தை வாய் வச்சு குடிச்சதென்ன! இப்பிடி புருசன் வாய்க்கணுமே!"

“கால்லெதான் வாய் வச்சாருன்னு கண்டது யாரு?”

“பண்ணுறதெல்லாம் பண்ணிப்புட்டு... ஒன்னும்தெரியாத பப்பாமாதிரி வந்து நம்மளோட சேர்ந்து தண்ணி இறைக்கிறாள்... களவாணி சிறுக்கி!” மாயழகியின் குமட்டில் இடித்தாள்.

மாயழகி தலை நிமிரலெ.

நெற்றியில் பொட்டு வைப்பதற்காக மாயழகியின் தாடை தொட்டு தூக்கினாள் ஒருத்தி. கண்ணீர் ஓடிக்கொண்டிருந்தது. எல்லா குமரிகளும் மலைத்து போய் பார்த்தார்கள்.

“ஏன்டீ... மாயழகி அழுகிறே?”

கண்ணீர் நிற்கலெ. வாய் திறக்கலெ.

“யாராவது போயி... குமராயி அக்காவை கூட்டிட்டு வாங்கடீ”

ஒருத்தி எழுந்து ஓடினாள்.

“எக்கா... மாயழகி அழுதுக்கிட்டிருக்கா... கொஞ்சம் வாங்களேன்.”

கோண வழித்தாள் குமராயி. “அவள் அழுகைக்கு ஏங்கிட்டே மருந்து இல்லை. வள்ளி சின்னத்தாவை கூட்டிட்டு போ” என்றவள், ‘இடிமழை விட்டாலும், செடிமழை விடுதில்லே!’ என, தனக்குள் முனகினாள்.

கூட்டு வண்டியில் காளைகளை பூட்டி நிறுத்தியிருந்தான் சோலை. வண்ணத் துணி அலங்காரத் திரை போர்த்திய கூட்டு வண்டி. சுற்றுப் பட்டிகளில், இதுபோல் இன்னொரு அலங்கார வண்டி, கவுல்பட்டி சிவபெருமாள்தேவர் வீட்டில்தான் உண்டு.

வண்டிக்குள் மெத்தை விரிப்பு. மேலேபட்டு ஜமுக்காளம். முன்னேயும் பின்னேயும் திரை மறைப்பு. வண்டியோட்டி உட்காரும் மேழியிலும் மெத்தை. காளைகளின் கழுத்தில், நிறை சலங்கை வெண்கல மணி. சீரான ஓட்டத்தில், கழுத்து மணிச் சத்தம், காற்றையே கிரங்க வைக்கும். சாட்டைக் கம்புக்கு பட்டுக் குஞ்சம்.

சாட்டைக்கு வேலை கிடையாது. கொடிவால் தூக்கி போகிற காளைகள். சோலையின் குறிப்பறிந்து நடக்கும். பறக்கும். மெல்ல அசை போட்டபடி, சோலையை ஓரக் கண்ணால் பார்த்துக்கொண்டு நின்றன.

வீட்டுக்குள் இருந்து அரியநாச்சியை தாங்கி பிடித்துக்கொண்டு வந்தாள் பூவாயி கிழவி. அரியநாச்சி, பட்டு உடுத்தியிருந்தாள். வாசலைவிட்டு இறங்கினார்கள். பின்னால் வந்த சக்கரைத்தேவன், தலைவாசல் கதவை பூட்டினான்.

வண்டிக்கு அருகில் வந்துநின்ற மதினிக்காரி அரியநாச்சிக்கு முகம் கொடுக்காமல், காளையின் மேனியை தொட்டு தாவி ஏறி, மேழியில் அமர்ந்தான் சோலை.

பின்பக்க திரை விலக்கி, பூவாயி கிழவி, வண்டிக்குள் ஏறினாள். அரியநாச்சியை கைத்தாங்கலாய் தூக்கி ஏற்றிய சக்கரைத்தேவனின் கண்ணில், மெத்தைக்கு அடியில் சோலை மறைத்து வைத்திருந்த அரிவாள் தென்பட்டது. எடுத்தான். தாழ்வாரத்தில் வீசிவிட்டு, வண்டியில் ஏறி, பின் பக்கம் கால் தொங்க அமர்ந்தான்.

"அருவாள் எதுக்கு? நாம என்ன கலகத்துக்கா போறோம்? எடு வண்டியை."

கூட்டு வண்டி கிளம்பியது.

●

16
எக்கா! எக்கா!

உச்சி ராத்திரி தாலிகட்டு.

ஆட்கள், சன்னம் சன்னமாய் கல்யாணப் பந்தலில் கூடிக் கொண்டிருந்தார்கள்.

பொண்ணு மாப்பிள்ளை கிழக்கே பார்த்து அமரும் வகையில் பந்தலை ஒட்டி மேற்கே ஒரு பெஞ்சுப் பலகை. புது ஜமுக்காள விரிப்பு.

கடலாடி மகாலிங்கம் மேளக் கோஷ்டி, தாழ்வார திண்ணையில் அமர்ந்து வாசித்துக்கொண்டிருந்தார்கள். மைக் செட்டுக்காரன், உட்கார்ந்தவாக்கில் தூங்குறான்.

முன்னத்தி வரிசை இருக்கைகளில், பெருசுகள் உட்கார்ந்து இருந்தார்கள். நடுநாயகமாய் அமர்ந்திருந்த கோவிந்தத்தேவர், மைக் செட்டுக்காரனை பார்த்து, "டேய்... செட்டுக்காரா! ரேடியோவை அமத்துடா. ராத்திரி பன்னிரெண்டு மணிக்கு பாட்டு கேக்குதாக்கும் பாட்டு! ஒரு அத்தம் குத்தம் பேச முடியலே" சத்தம் போட்டார்.

"ஏம்மா... பந்திச் சோலி முடிஞ்சிருச்சா?"

"நாங்க பொம்பளைக எல்லாம் சாப்பிட்டுட்டோம். எளவட்டங்களைதான் இன்னும் காணோம்."

லோட்டா கடை போதைக்கார இளவட்டங்கள் வந்தபாடில்லை.

"இருக்கிற சாராயத்தை எல்லாம் குடிச்சிட்டு, எந்நேரம் வந்துசேரப் போறான்ங்களோ… குடிகாரப் பயலுக" என்றவர், 'எளவட்டங்களுக்கு ஒழுக்கம் வேணும். பெரியாளுக சொன்னா… எவன் கேக்குறான்? சாராயத்தை குடிச்சிட்டு சல்லித்தனம் பண்ணுதுக பயபுள்ளைக!' தனக்குள் புலம்பினார்.

"ஏப்பா… ஏய்… செட்டுக்காரா!" கோவிந்தத்தேவர் கூப்பிட்டது, மேளச் சத்தத்தில் காதில்விழாத மைக் செட்டுக்காரன் தூங்கிகொண்டிருந்தான்.

"ஏன்டா டேய்… செட்டுக்காரப் பயலே!" உரக்கக் கூவினார்.

முழித்துப் பார்த்தான். "என்ன அய்யா?"

"லோட்டா கடையை பக்கம் போயி… இளவட்டங்களை வரச் சொல்லுப்பா. நேரமாகுது."

மைக் செட்டுக்காரன், கைலியை உதறி கட்டியபடி எழுந்து போனான்.

வாசலில் வள்ளி அத்தை தலையை கண்டதும், "ஏம்மா… வள்ளி! பாண்டிப் பயலை எங்கேம்மா… ஆளைக் காணோம்?" என்றார்.

"ஜெயில்லெ இருந்து அண்ணன் வர்றாருல்லே! அவரை கூப்பிட்டு வரப் போயிருப்பான்."

"எதூ! வெள்ளையத்தேவன் வர்றாரா!" எல்லா பெருசுகளும் வள்ளியை பார்த்தார்கள்.

"லீவு வாங்கிட்டு வர்றவரு… பாளையங்கோட்டையிலே இருந்து பகல்லெயே வந்திருக்கணுமே. இந்த இருட்டிலேயா வர்றாரு!"

"அதென்னமோ தெரியலையே!" என்றபடி வீட்டுக்குள் போனவளை, "இந்தாம்மா… கொஞ்சம் நில்லு," என்றார் கோவிந்தத்தேவர்.

வள்ளி திரும்பி, "சொல்லுங்கண்ணேன்" அருகில் வந்தாள்.

"சக்கரைத்தேவனும் அரியநாச்சிப் பிள்ளையும் வர்றாகளா?"

"வெள்ளாங்குளம் போயி நான்தான் சொல்லிட்டு வந்தேன். 'பாண்டிப் பய ஒரு சின்னப் பயல். அவனுக்கு தெரிஞ்சது அம்புட்டுதான். அவனை பெருசா நெனைக்காதே. ஜெயில்லெ கெடக்குற எங்கண்ணனுக்காக வாப்பேன்னு சொன்னேன். 'கட்டாயம் வர்றோம் சின்னத்தா'ன்னு சக்கரை சொன்னான்."

"அவுக ரெண்டு பேரும் வராமல் இந்த கல்யாணத்தை முடிச்சு வச்சா... நமக்கு மரியாதை கிடையாது வள்ளி." தலையை குலுக்கினார் கோவிந்தத்தேவர்.

"சக்கரை, சொல்லுத் தவறமாட்டான். வந்துருவான்... வந்துருவான்..." என, வள்ளி சொல்லிக்கொண்டிருக்கும்போதே, கூட்டு வண்டி மாட்டு மணிச் சத்தம் கேட்டது.

"இந்தா... வந்துட்டான்லே... சக்கரை!" என்றபடி வள்ளி அத்தை பந்தலை தாண்டி ஓடினாள்.

எல்லா பெருசுகளும் பந்தலுக்கு வெளியே பார்த்தார்கள்.

விளாத்திகுளம் பஸ் வந்து திரும்பும் முக்கிலேயே காத்துக் கிடந்தார்கள் பாண்டியும் புளிமூட்டையும்.

"மாமாவுக்கு லீவு கெடச்சிருக்குமா மச்சான்?"

"ஜெயில்லெ அய்யாவுக்கு நல்ல செல்வாக்கு இருக்கு. இவரு லீவு கேட்டு இல்லைன்னு சொல்ல மாட்டாங்க. எப்பிடியும் வந்திருவாரு."

"கரிசல்குளம் கொலைக் கேசுலெ நான் உள்ளே இருந்தேன்லே? இதே பாளையங்கோட்டை ஜெயிலுதான். லீவு கெடைச்சிருந்தால்... காலையிலேயே கிளம்பி இருக்கணுமே? பாளையங்கோட்டை யிலே இருந்து வர இம்புட்டு நேரமா?"

"ஒத்த பஸ்ஸு தானே ஓடுது? மதியம் வர வேண்டிய பஸ்ஸு... வரலெ. கடைசி பஸ்ஸு... ராத்திரி ஒன்பது மணிக்கு."

"மணி பத்து ஆகுது. இன்னும் பஸ்ஸை காணோமே!"

“பெருநாழிக்கும் விளாத்திகுளத்துக்கும் இடையிலே ரோடாவா... இருக்கு...! ஒரே குண்டும் குழியுமா பேந்து கிடக்கு. பஸ்ஸுக்காரன் ஒரு நாளைக்கு வருவான்... மறு நாளைக்கு வரமாட்டான்.”

இருவரும் விளாத்திகுளம் ரோட்டு இருட்டையே பார்த்துக் கொண்டிருந்தார்கள்.

“ஒருவேளை, மாமா வரலேன்னா என்ன மச்சான் பண்றது?”

புளிமூட்டை சொல்வது காதில் விழுந்தும், பாண்டி, பேசாமல் இருந்தான். நிலா வெளிச்சத்தில் பாண்டியை உற்றுப்பார்த்தான் புளிமூட்டை.

“ஏந்தங்கச்சி மாயழகியை விட, எங்கக்கா அரியநாச்சி மேலேதான் எங்கய்யாவுக்கு உசுரு!” என்றவனின் தொண்டை அடைத்தது. “எங்கக்காவுக்கு... ஏந்தங்கச்சி மேலே உசுரு!”

“கல்யாணத்துக்கு அரியநாச்சி மதினி வருவாகளா மச்சான்?”

பாண்டி தலை கவிழ்ந்தான்.

“சொல்றேன்னு கோவிச்சுக்கிறாதீங்க மச்சான். அரியநாச்சி மதினியை இந்தக் கல்யாணத்துக்கு ஒதுக்கி வச்சிருக்ககூடாது.”

பாண்டி பேசாமல் இருந்தான்.

“என்ன இருந்தாலும்... சக்கரை அண்ணன்... ஆப்பநாட்டுக்கு ஒரு பெரிய மனுசன்!”

புளிமூட்டை சொன்னதை கேட்டதும் பாண்டிக்கு ‘விருட்’ என கோபம் வந்தது. “அந்தப் பெரிய மனுசன்... ஊருவிட்டு ஊருவந்து, வீடு புகுந்து பொண்ணை தூக்குவேன்னு என்ன மயித்துக்கு சொல்றாரு?”

புளிமூட்டை, வாயை பொத்திக்கொண்டான்.

கூட்டுவண்டி ஓட்டி வந்த சோலை, கயிற்றை இழுத்துப் பிடித்து நிறுத்தினான்.

எழுந்து, நின்ற இடத்தில் இருந்து பார்த்த கோவிந்தத்தேவர், ‘சக்கரையோட தம்பி சோலையும்லே வர்றான்! என்ன கூத்துக்கோ தெரியலையே!’ நெஞ்சுக்குள் ‘கெதக்’ என்றது.

உடன் அமர்ந்திருந்த பெருசுகளும் எழுந்து நின்று வண்டியை பார்த்தார்கள். "என்னதான் இருந்தாலும், சக்கரை ஒரு மனுசத் தரமான ஆளுலே! பருசம் போடுறதுக்கு சொல்லிவிடாமல் தள்ளிவச்சு பாண்டிப் பயல் அசிங்கப்படுத்தினான். அதைகூட பெருசா நெனைக்காமல் வந்துருக்கான் பாரு! அவன் மனுசன்!" அவர்களுக்குள் பேசிக்கொண்டார்கள்.

வண்டிக்கு அருகில் வந்து நின்ற வள்ளி, "வாப்பே... வாப்பே..." வாய் நிறைய அழைத்தாள்.

"கும்பிடுறேன் சின்னத்தா..." என்றபடியே குதித்து இறங்கினான்.

"மகராசனா இருப்பே!" சக்கரையின் இரண்டு கைகளையும் பிடித்துக்கொண்டாள் வள்ளி.

"கும்பிடுறேன் அய்த்தே..." வண்டிக்குள்ளிருந்தே கும்பிட்டாள் அரியநாச்சி.

வள்ளிக்கு நெஞ்சுமுட்ட கண் கலங்கியது. "ஏந்தாயீ! ஏஞ் செல்லம்... மகராசியா இரு தாயீ..." வண்டிக்குள்ளிருந்து அரியநாச்சியை கைத் தாங்கலாய் இறக்கினாள்.

பூவாயி கிழவியும் இறங்கினாள்.

வள்ளி கும்பிட்டாள். "கும்பிடுறேன்க்கா..."

நிறைசூழி அரியநாச்சியை முன்னேவிட்டு, வள்ளியும் பூவாயியும் பந்தலுக்குள் நுழைந்தார்கள்.

காளைகளை வண்டிச் சக்கரத்திலேயே தறித்துக்கட்டினான் சோலை.

"சோலை வாப்பா..." தம்பியை அழைத்துக்கொண்டு பந்தலுக்குள் நுழைந்தான் சக்கரைத்தேவன்.

கோவிந்தத்தேவரை கண்டதும் கும்பிட்டான். "கும்பிடுறேன்மமான்...".

"வெள்ளாங்குளத்து மருமக்கமாரா? வாங்கப்பூ... வாங்க... வாங்க..."

எல்லா பெருசுகளையும் முறைசொல்லி கும்பிட்டான் சக்கரைத்தேவன்.

"வாங்க... இப்பிடி உக்காருங்க மருமகனே. வீட்டுக்கு மூத்த மருமகன் நீங்க. நீங்கதான் முன்னேநின்னு நடத்திவைக்கணும்." தனக்கு அருகிலிருந்த இருக்கையில் அமர்த்தினார் கோவிந்தத்தேவர்.

சோலை யாரையும் கும்பிடவில்லை. நான்காவது வரிசையில் ஓரமாய் தனியே அமர்ந்தான்.

லோட்டா கடை குடிகாரக் கூட்டம், அரைக் கண் பார்வையோடு ஒவ்வொருவராய் உள்ளே வந்தார்கள்.

தலைவாசலில் அரியநாச்சி நுழைந்தாள்.

மாயழகியை சுற்றி அமர்ந்திருந்த குமரிகளில் ஒருத்தி, "அரியநாச்சி அக்கா வருது!" பலக்க சொன்னாள்.

கவிழ்ந்திருந்த மாயழகி நிமிர்ந்து தலைவாசலை பார்த்தாள்.

"எக்கா!" கண்களை துடைத்துக்கொண்டு எழுந்து ஓடினாள்.

"எக்கா... எக்கா!" கதறி ஓடி வந்தாள்.

"ஏந்தங்கம்! ஏஞ்செல்லம்..." இரு கை நிறைய வாரி அணைத்தாள் அரியநாச்சி. "ஏங்கண்ணு! ஏந்தாயீ... எப்பிடிடா இருக்கேம்மா... ஏஞ்செல்ல மகளே..."

பதில் சொல்ல வார்த்தை இன்றி, அரியநாச்சியின் கழுத்துக்குள் முகம் புதைத்து, "எக்கா... எக்கா!" கண் திறக்காமல் அழுதாள்.

வள்ளி அத்தையும் அழுதாள். குமரிகளும் அழுதார்கள்.

சுதாரித்துக் கொண்ட பூவாயி கிழவி, "சரி... சரி... அழுகாதீங்கடீ... தாலிகட்டை முன்னே வச்சுக்கிட்டு அழுககூடாது" மாயழகியின் தலையை தடவினாள். வள்ளி, தன் கண்களைத் துடைத்தாள்.

அரியநாச்சியை வள்ளி அத்தையும் மாயழகியை பூவாயி கிழவியும் தொட்டு அழைத்துப் போய், அறைக்குள் விரித்திருந்த ஜமுக்காள விரிப்பில் அமரவைத்தார்கள்.

உள் வீட்டுக்குள் இருந்துவந்த குமராயி, அரியநாச்சியை பார்த்ததும், "கும்பிடுறேன் மதினி" கும்பிட்டாள். அரியநாச்சி, குமராயியின் குரல் வந்த திசைப் பக்கம் திரும்பவே இல்லை.

மாயழகியை கண்ணுக்குமுன்னே அமர்த்தி, "என் அழகி! அழகி!" கைகளால் தடவிக்கொண்டேயிருந்தாள் அரியநாச்சி. "இடுப்பைவிட்டு இறங்காம வளந்த ஏந்தங்கச்சியை என்னைவிட்டு பிரிச்சிட்டான்ங்களே! அக்காவையும் தங்கச்சியையும் ஒரே உலை வைக்கவிடாமல் பண்ணிட்டான்ங்களே!" மறுபடியும் அழுதாள்.

"அடியே... அரியநாச்சி! இதெல்லாம் தப்புடீ. இந்த நெனப்பு, இப்போ வரக்கூடாது. இன்னொருத்தன் தாலி, அவள் கழுத்துலே ஏறப் போகுது. அதை மறந்திறாதே" உதறிப் பேசினாள் பூவாயி கிழவி.

குமராயி, யாருக்கும் கேட்காமல் குணட்டினாள். "ஏன்? தங்கச்சிக்காரி எங்கே போறாளாம்? உள்ளூருக்குள்ளே தானே உலைவைக்கப் போறாள். அதுக்கு ஏன் இம்புட்டு அழுகை!"

தடுமாறும் போதையில் பந்தலுக்குள் நுழைந்த உள்ளூர் இளவட்டங்கள், கோவிந்தத்தேவருக்கு அருகே அமர்ந்திருக்கும் வெள்ளாங்குளம் சக்கரையை பார்த்தார்கள்.

"கும்பிடுறேன் மச்சான்"

"கும்பிடுறேன் அண்ணேன்"

எல்லோரும் சக்கரையை கும்பிட்டார்கள்.

"மகராசனா... இருங்கப்பா" எல்லோரையும் பதிலுக்கு கும்பிட்டான்.

சக்கரைக்கு பின்னே மூன்றாவது வரிசையில் அமர்ந்தார்கள்.

நான்காவது வரிசையின் ஓரமாய் உட்கார்ந்திருக்கும் சோலையை யாரும் பார்க்கவில்லை.

●

17

நலுங்கடி

சக்கரைத்தேவனை கும்பிட்ட எல்லா இளவட்டங்களின் கண்களும் சோலையை தேடின. சோலை, எல்லோருக்கும் பின் வரிசையில் ஓரமாய் அமர்ந்திருந்தான். யார் கண்ணிலும் படவில்லை.

மூக்கு முட்ட குடித்திருந்தும் போதைக்கேற்ற பெருஞ் சத்தத்தோடு பேச பதறினார்கள். கோவிந்தத்தேவருக்கு, குடிகாரன்ங்க பேச்சு பிடிக்காது. பலியா கோபம் வரும். கூட்டத்திலேயே வச்சு செருப்புட்டே அடிப்பார். கவிழ்ந்தவாக்கில் குசுகுசுத்தார்கள்.

“தாலி கட்டுற நேரமாச்சு. பாண்டி மச்சானை எங்கே காணோம்?”

“கேசவனையும் காணோம்!”

“எனக்கென்னமோ இது நல்லா படலே. நம்மளை ஒதுக்கிட்டு ரெண்டுபேரும் சேர்ந்து ஏதோ திட்டம் போடுறாங்கன்னு நெனைக்கிறேன்.”

“சக்கரைதானே வந்திருக்காரு. அவரு தம்பி சோலையை காணோமே!”

“தாலிகட்டு சந்தோசமா முடியும். நமக்கு வேலை இல்லை.”

“சோத்தை தின்னுட்டு போயி படுப்போம்.”

பின் வரிசையில் இருந்த சோலை, ஒவ்வொருவராய் கண்ணளந்தான். 'தாலி கட்டப்போற மாப்பிள்ளை எவன்?' உட்காந்தவாக்கில் தேடினான்.

கோவிந்தத்தேவர், இளவட்டங்களின் பக்கம் திரும்பி சத்தம் போட்டார். "ஏய் எளவட்டங்கா! போயி மாப்பிள்ளையை அழைச்சிட்டு வாங்கப்பா. நேரமாகுதில்லே?" என்றவர், மேளம் வாசித்துக்கொண்டிருந்த கடலாடி மகாலிங்கம் கோஷ்டியை பார்த்து கையசைத்தார். இளவட்டங்களோடு மேளக் கோஷ்டி, கருப்பையாவின் வீட்டை நோக்கி கிளம்பியது.

அக்கா அரியநாச்சியின் கண்முன் அமர்ந்து, மணப்பெண்ணாய் தன்னை அலங்கரித்துக்கொள்ள மாயழகிக்கு ஒப்பலே. குமரிகளாய் கூடி வலிய வலிய மாயழகியை ஜோடித்துக்கொண்டிருந்தார்கள்.

சுவரில் சாய்ந்து கால் நீட்டி அமர்ந்திருந்த நிறைசூழி அரியநாச்சியின் ரெண்டு கண்களும் மாயழகியின் மேலேயே இருந்தன. தங்கச்சியோட அழகை பார்க்க பார்க்க சந்தோசமா இருக்கு. வேதனை ஒரு பக்கம் முட்டிப்போய் நிக்குது. வலது கைவாக்கில் வைத்திருந்த கல்யாணச் சோறு, அப்படியே இருந்தது. வள்ளி அத்தையும் பூவாயி கிழவியும் எவ்வளவோ கெஞ்சிப் பார்த்தார்கள். "வயித்துப் பிள்ளைக்காரப் புள்ளெ. ரெண்டு கை அள்ளி சாப்பிடும்மா." ம்ஹூம். ஒரு வாய் எடுத்து வைக்கலே.

அரியநாச்சியின் நெஞ்சாங்குழி ஓட்டத்தை அறிந்த வள்ளி அத்தை, அரை மனசும் குறை மனசுமா... ஓடியாடி திரிந்தாள்.

மாயழகி நிமிர்ந்து அக்காவை பார்த்தாள்.

"எக்கா... நம்ம அய்யா வருவாரா?"

நெஞ்சுமுட்டி அழுத அரியநாச்சி, "தெரியலையே!" ரெண்டு கைகளையும் மலர்த்தினாள்.

மாயழகி குலுங்கி குலுங்கி அழுதாள்.

வள்ளி அத்தை, அரியநாச்சியை கட்டிப்பிடித்து அழுதாள். "எங்கண்ணன் மக்களை விதி இப்பிடி அலைக்கழிக்குதே! நாம என்ன வரம் வாங்கி வந்தோம்டீ... மக்கா?"

சுற்றி இருந்த கூட்டம் இறுகி உறைந்தது. எல்லா குமரிகளும் அரியநாச்சியையே பார்த்துக்கொண்டிருந்தார்கள். எந்த இறுக்கத்தையும் புகுந்து கலைத்துவிடுகிற பூவாயி கிழவி, வாய் ஒடுங்கியிருந்தாள்.

வந்து, திரும்பி நின்றது விளாத்திகுளம் பஸ். இறங்கிய ஏழெட்டு ஆட்களுக்குள் வெள்ளையத்தேவன் இல்லை. வெறும் பஸ்ஸுக்குள் ஏறி தேடினான் பாண்டி. தலை தொங்க இறங்கினான்.

"மாமாவை காணோமே மச்சான்!" புளிமூட்டை, பாண்டியை பார்த்தான். பாண்டிக்கு பேச்சு வரலே. இருவரும் மௌனமாய் ஊரை நோக்கி நடந்தார்கள்.

மாப்பிள்ளை கருப்பையா வீட்டுப் பக்கம் மேளச் சத்தம் கேட்டது.

"மாப்பிள்ள அழைப்புக்கு வந்திருக்காங்க போல்ருக்கு!" புளிமூட்டையே பேசிக்கொண்டான்.

மேளத்தோடு இளவட்டங்கள் கூடி நின்றார்கள்.

முகம் இறுக நடந்து வந்த பாண்டி, கருப்பையாவின் வீட்டருகே வந்ததும், "நீ... மேளத்தோட வா. நான் வீட்டுக்கு போறேன்" புளிமூட்டையிடம் சொல்லிவிட்டு நடந்தான்.

வீட்டு முற்றத்து இளவட்டங்களுக்குள் பட்டுவேட்டி சட்டையில் சிரிப்போடு நின்றான் கருப்பையா. மைத்துனன் முறைகார இளவட்டங்கள், கருப்பையாவை நக்கலடித்து கொண்டிருந்தார்கள்.

"அடியேய்... மாப்பிளே! சிரிக்கவா செய்யிறே? தாலிகட்டி, வீட்டுக்குள்ளே நுழையிறபோது இருக்குடீ ஒனக்கு... நலுங்கடிக் குத்து...!"

ஆப்பநாட்டு கல்யாணம், பொண்ணு வீட்டிலேதான் நடக்கும். பொண்ணை, மாப்பிள்ளை வீட்டுக்கு கூட்டிக்கொண்டுபோய் கட்டிக் கொடுக்கிற பழக்கம் இங்கே கிடையாது.

உச்சி ராத்திரிதான் தாலிகட்டு. வீட்டு முற்றத்திலே, கிழக்கே பார்த்து ஒரு பெஞ்ச் பலகை. மேலே புது ஜமுக்காள விரிப்பு.

அதுதான் மணவறை. மாப்பிள்ளைக்கும் பொண்ணுக்கும் ரெண்டு பெரிய மாலை. ரெண்டு துணை மாலை.

நாவிதன்... சங்கு ஊதுவான். பொம்பளைக... குலவைபோடுவாக. இளவட்டங்க... கைதட்டுவாங்க. மாப்பிள்ளை... தாலி கட்டுவான். கல்யாணம் முடிஞ்சிறும்.

பொண்ணும் மாப்பிள்ளையும் கைகோர்த்து, பெஞ்ச் பலகையை மூணு சுத்து சுத்தி வந்ததும், பாலு பழம் திங்க, வீட்டுக்குள்ளே போகணும். தலைவாசலில் மச்சினன் முறைகார இளவட்டங்கள் நிப்பான்ங்க. பொண்ணு வீட்டுக்குள்ளே நுழையிற மாப்பிள்ளையின் பிடறியில் 'வதக்வதக்'ன்னு குத்து விழுகும். குத்துறது... மச்சினன்மார். எத்தனை குத்து விழுந்தாலும் மாப்பிள்ளை சிரிச்சுக்கிட்டே வாங்கணும். கோபப்படக்கூடாது. அதுக்கு பேரு 'நலுங்கடி'.

நலுங்கடி அடிக்கிறதோட அர்த்தம் என்னன்னா... அக்கா தங்கச்சிமாரை கட்டிக் கொடுக்கிற அண்ணன் தம்பிமாரு... வச்சு வாழப்போற மாப்பிள்ளையோட தெம்பை சோதிக்கிற காரியம்.

'இம்புட்டு குத்தை நீ வாங்க முடிஞ்சாதான்... எங்க வீட்டுப் பொண்ணை வச்சு உன்னாலே காலம் தள்ளமுடியும்ங்கிற' சம்பிரதாயம். குத்துற மச்சினன்மார் யாரும் பலமா குத்துறதில்லை. சும்மா போலியாகதான் குத்து விழுகும்.

பெரிய ஆட்கள் சத்தம் போடுறதும் உண்டு. 'அடேய்... எளவட்டங்கா! பொடதியிலே முரட்டுத்தனமா குத்தி விழுத்தாட்டீராதீகடா... கொஞ்சம் இதம் பதமா பாத்து குத்துங்கப்பா...' என்பார்கள்.

கடலாடி மேளம் முன்னே செல்ல, மாயழகி வீடு நோக்கி, மாப்பிள்ளை அழைப்பு கிளம்பியது.

பந்தலுக்குள் நுழைந்தான் பாண்டி. வெளியே நின்ற வெள்ளாங்குளம் கூட்டு வண்டியை பார்த்துவிட்டுதான் உள்ளே நுழைந்திருந்தான்.

கோவிந்தத்தேவருக்கு அருகே அமர்ந்து பேசிக்கொண்டிருந்தான் சக்கரைத்தேவன்.

வந்த வேகம் குறைந்து நடந்த பாண்டி, சக்கரைத்தேவனுக்கு முன்னேபோய் நின்று, "கும்பிடுறேன் மச்சான்" அரைக் கண் பார்வையில் கும்பிட்டான்.

சக்கரை நிமிராமலே, "மகராசனா... இரு" பதிலுக்கு கும்பிட்டான்.

"என்னப்பா... வெள்ளையண்ணன் வரலையா?" என்றார் கோவிந்தத்தேவர்.

"கடைசி பஸ்ஸுக்கும் அய்யா வரலே."

சக்கரைத்தேவன், நேருக்கு நேர் பாண்டியின் முகம் பார்த்து, "ஏன்... மாமாவுக்கு லீவு கிடைக்கலியா?" என்றான்.

"கெடச்சிரும்னுதான் சொன்னாரு. என்னாச்சுன்னு தெரியலே." கவிழ்ந்தபடி பேசினான்.

சக்கரை, தொண்டை அடைக்கச் செருமினான். "வீட்டுக்கு பெரிய மனுசன்... எங்கம்மான் இல்லாம... கடைசிப் பிள்ள காரியத்தை!"

"சரி விடுப்பா சக்கரை. அங்கே ஜெயில்லெ என்ன சூழ்நிலையோ! அதுதான் வீட்டுக்கு தலைசியான ஆளு... நீ இருக்கேல்லே? உங்கமாமன் வெள்ளையண்ணன், உன்னைய மகனாதான் பாத்தாரு. அவரு ஸ்தானத்திலே இருந்து நீ நடத்தி வையி" என்றார் கோவிந்தத்தேவர்.

கடைசி வரிசையில் ஓரமாய் தனியே அமர்ந்திருக்கும் சோலை, முன்னே நடப்பதை பார்த்துக்கொண்டிருந்தான்.

மாப்பிள்ளையை அழைத்து வந்தவர்கள், மேள தாளத்தோடு நுழைந்தார்கள். கூட்டத்துக்குள் கேசவனும் வந்தான்.

கழுத்தில் மாலையோடு வந்த கருப்பையாவை சோலை கூர்ந்து பார்த்தான். சின்னதாய் ஒரு தன்செருமல் செருமினான்.

கருப்பையாவை அழைத்துப்போய் பெஞ்ச் பலகையில் அமர்த்தினார்கள். இளவட்டங்களோடு இளவட்டமாய் இருந்து கொண்டே, பந்தலில் கண்களை சுழற்றிய கேசவன், சோலையை பார்த்துவிட்டான்.

தலைவாசலை பார்த்து, "ஏம்மா... பொண்ணை கூட்டிட்டு வாங்கம்மா" கோவிந்தத்தேவர் சத்தம் போட்டார்.

சோலையின் கண்கள் எவர் மீதும் பதியாமல், அலைக்கழிந்து கொண்டிருந்தது. 'நமக்கு பேசின பொண்ணாச்சே! பொண்ணு எப்பிடி இருக்கும்? தங்கச்சியை கட்டிவைக்கணும்னு அரியநாச்சி மதினி ரெம்ப பிரயாசைப்பட்டாகளே!'

இடி, மின்னலோடு வானம் குமுறிக் கொண்டிருந்தது.

"ஏம்மா... மழை வேற இருட்டிக்கிட்டு வருது! பொண்ணைக் கூட்டிட்டு வாங்கம்மா" மறுபடியும் சத்தம் போட்டார்.

"இந்தா... வந்துட்டோம்ண்ணேன்..." உள்ளேயிருந்து ஒரு கிழவி குரல் கொடுத்தாள்.

பந்தலில் இருந்த எல்லோர் பார்வையும் வீட்டு தலைவாசலில் இருந்தது. சோலையும் வாசலையே பார்த்துக்கொண்டிருந்தான்.

மணப்பெண் மாயழகியை குமரிகள் அழைத்துக்கொண்டு வந்தார்கள்.

வந்த குமரிகளில் வளர்த்தியான குமரி... மாயழகி. வேல்க்கம்பு வளவளப்பில் உளி வச்சு அடிச்சு செதுக்கின உடம்புக் கட்டு. தீட்டிய புருவங்களுக்குள் தெறித்துக்கொண்டு மிதக்கும் கண்கள். ரெண்டுக்கும் ஊடே... விண்ணென வளைந்த மூக்கு. கத்திக் கீறலில் பிதுங்கிச் சிவந்த முந்திரி இதழ்கள். காதுகளுக்கும் கீழே இறங்கிச் சுருண்ட கருத்த ரோமம். கனத்த மயில் கழுத்து.

தரை பார்த்து நடந்து வந்தாள். வயசு வித்தியாசம் இல்லாமல் எல்லோரும் பார்த்தார்கள். அண்ணன், தம்பி முறைகாரர்களும் பார்த்தனர். மாப்பிள்ளை கருப்பையா மட்டும் தலை சிலுப்பி, பந்தலை பார்த்துக்கொண்டு இருந்தான்.

பூவாயி கிழவியின் கைத்தாங்கலில் மாயழகிக்கு பின்னால் நடந்து வந்த அரியநாச்சி, வாசலோடு நின்று கொண்டாள். கண்ணெல்லாம் நீர் கட்டிப்போயிருந்தது.

மாயழகியை சோலை பார்த்தான். கண்ணும் வாயும் மூடலே. மூச்சு ஓடலே. வார்த்தைகளின்றி வாயை மூடி மூடி திறந்தான்.

இடி மின்னலோடு வானம் குமுறுது.

மாயழகியை அழைத்து வந்த குமரிகள், கருப்பையாவுக்கு அருகில் அமர வைத்தனர்.

சோலை 'விருட்'டென எழுந்தான்.

கடையில், லோட்டா மட்டும்தான் இருந்தான். குடிச்சு போட்ட சாராயக் கிளாஸுகளை கழுவி அடுக்கிக்கொண்டிருந்தான்.

"ஒரு பாட்டில் சாராயம் குடு."

சத்தம் கேட்டு நிமிர்ந்தவன் முன்னே சோலை நின்றான்.

"யாருப்பா... நீ?"

பதில் சொல்லாமல் நின்றான் சோலை.

லோட்டா உற்றுப் பார்த்தான். "ஏப்பா... வெள்ளாங்குளம் சக்கரையண்ணன் தம்பில்லே... நீ? கல்யாணத்துக்கு வந்தியா?"

"ஒரு பாட்டில் குடுங்க"

ஒரு பாட்டில் சாராயத்தை எடுத்து நீட்டினான் லோட்டா.

வைத்த வாயெடுக்காமல் குடித்தான் சோலை.

லோட்டா பதறி போனான். "ஏப்பா... ஏய்! நீ என்ன இந்தக் குடி குடிக்கிறே! இது வேப்பங்குளம் சரக்குப்பா! ரெண்டு கிளாசுக்கே நிலை கொள்ளாது!" ஊறுகாய் மட்டையை விரித்து, சோலைக்கு முன்னே வைத்தான்.

தொட்டு நக்கினான். "இன்னொரு பாட்டில் குடுங்க."

"ஏப்பா... நீ எனக்கு தம்பிமுறை. அந்த உருத்திலேதான் சொல்றேன். இந்த சரக்கு, தீமாதிரி! சுருட்டிரும்.. சுருட்டி! போதும். வேணாம்."

காதில் வாங்காத சோலை, "இன்னொரு பாட்டில் குடுங்க" ஜிப்பாவுக்குள் கையைவிட்டு நூறு ரூபாய் தாளையெடுத்து முன்னே வைத்தான்.

"காசெல்லாம் வேணாம். வச்சுக்கோ" இன்னொரு பாட்டிலை எடுத்து நீட்டினான்.

வானம் பொத்துக்கொண்டு ஊற்றக் கிளம்பியது.

கையில் பாட்டிலோடு கடையைவிட்டு வெளியே வந்த சோலை, "அழகி! அழகி! அழகியேதான்! விட்டுட்டேனே!" 'கடகட'வென சாராயத்தைக் குடித்துவிட்டு, காலி பாட்டிலை, கிணற்றுப் படிக்கல்லில் ஓங்கி அடித்தான்.

சுக்கல் சுக்கலாய் நொறுங்கிச் சிதறியது.

●

18
'ஏதோ... பேசிக்கிட்டான்ங்க...'

கிணற்றுப் பட்டியல் கல்லில் சாராய பாட்டிலை வீசி நொறுக்கிய சப்தம், வானத்து இடிச் சத்தத்தில் கரைந்தது.

உச்சிக்கு ஏறிய ரெண்டு பாட்டில் சாராய போதையோடு, "அழகியை விட்டுட்டேனே.. ஏமாந்துட்டேனே!" உதடுகள் முணுமுணுக்க, கண்களை மூடியவாறு கொட்டும் மழையில் நனைந்தான் சோலை.

கடைக்குள் இருந்த லோட்டா, "ஏப்பா... வெள்ளாங்குளத்து தம்பி... ஏன் மழையிலே நனை யிறே? உள்ளே வாப்பா" அழைத்தான்.

காதில் வாங்காத சோலை அசையாமல் நின்றான்.

வெளியே வந்த லோட்டா, சோலையின் கையை பிடித்து, "உள்ளே வந்து உக்காருப்பா" இழுத்துக்கொண்டு போய் பெஞ்ச் பலகையில் உட்கார வைத்தான்.

"வேப்பங்குளம் சரக்கு ரெண்டு பாட்டிலை, வச்ச வாயெடுக்காமல் குடிச்ச ஆள் நீதான்ப்பா!"

"வேற ஒருத்தன் குடிச்சிருந்தா... இந்நேரம் சுருண்டு

விழுந்திருப்பான்."

"சம்பந்தகாரன் ஊருக்கு வந்திருக்கே. நிதானமா இருந்துக்கிறணும்."

"சாப்பிட்டியா... தம்பி?"

"அரியநாச்சி மதினியும் சக்கரை அண்ணனும் வந்திருக்காகளா?"

லோட்டாவின் எந்தக் கேள்விக்கும் சோலையிடமிருந்து பதிலை காணோம். ஊற்றும் மழையையே பார்த்துக்கொண்டிருந்தான்.

லோட்டா, சோலையை ஒரு தினுசாக பார்த்தான். ஒரு முடிவுக்கு வந்தவனாய், முதுகு திருப்பி சோலைக்கு தெரியாமல் ஒரு கிளாஸ் சாராயத்தை இழுத்தான். ஊறுகாயை நக்கியபடி, எதிர் பெஞ்சில் அமர்ந்தான்.

"தம்பி... உன் பேருதான் சோலையா?"

சோலை திரும்பலே.

லோட்டாவே பேசினான். "எங்க ஊரு இளவட்டங்க கூடி, உன்னை பத்தி பேசிக்கிட்டான்ங்க."

சோலை மெதுவாக திரும்பி லோட்டவை பார்த்தான்.

"என்ன பேசினான்ங்கன்னு வெளங்கலே. ஏதோ பேசிக்கிட்டான்ங்க." ஊறுகாயை தொட்டு நக்கினான். "ஏதும் பொண்ணு பிரச்சனையா?" மட்டையை சோலை பக்கமும் நீட்டினான்.

"மாயழகியை கட்டணும்னு நீ ஆசைப்பட்டியாம். அழகின்னாலும் அழகி அப்படி ஒரு அழகி! ஒங்க ஆத்தாகூடப் பிறந்த அம்மான் மகள் வேற! நீ ஆசைப்பட்டது தப்பில்லே. ஆனா"

சோலை, லோட்டாவை பார்த்துக்கொண்டேயிருந்தான்.

"இந்த ஊர்லே, எல்லாம் இளவட்டங்க மூப்புதான். கண்டிக்க, ஒரு பெரிய மனுசன் கிடையாது. மாமா வெள்ளையத்தேவன் மாதிரி ஆளுக இருந்தால்... கொஞ்சம் அச்சம் இருக்கும். அவரு பாவம் உள்ளே இருக்காரு. அம்மான் கோவிந்ததேவர்

ஒரு ஆளுதான் பெரிய மனுசக் கணக்கு. அவரு சொல்லும் ஏறுதில்லே." லோட்டாவே பேசிக்கொண்டிருந்தான்.

"காலம், கலிகாலம் ஆயிருச்சு தம்பி. நம்ம பயலுகதான் இன்னும் திருந்தாமல் திரியிறான்ங்க! ஆ... ஊன்னா... உடனே அருவா கம்பை தூக்குறான்ங்க." ஊறுகாயை நக்கினான்.

"சக்கரை அண்ணனோட பெருந்தன்மை... ஆப்பநாட்டுலெ யாருக்கும் வராது! வீட்டுக்கு மூத்த மாப்பிள்ளை. பருசம் போடுறதுக்கு கூப்பிடாமல் பாண்டிப்பய ஒதுக்கி வச்சும் இந்தக் கல்யாணத்துக்கு வந்திருக்காருன்னா... அவருதான் மனுசன்!"

இன்னொரு கிளாஸ் சாராயத்தை வாய்வைத்து இழுத்தான். "அம்மான் வெள்ளையத்தேவருக்காக... முன்னே நின்னு முடிச்சுக் கொடுத்துட்டு, பத்தரமா ஊர்போய் சேருங்க தம்பி. இவன்ங்க கெடக்கான்ங்க சின்னப் பயலுக."

சோலை எழுந்தான். மழைக்குள் நடந்தான்.

ஜெயிலுக்குள் இரண்டு நாட்களாகவே உறக்கமில்லாமல் உழன்று கொண்டிருந்தார் வெள்ளையத்தேவன்.

இரவு, உச்சியை நெருங்கி கொண்டிருந்தது.

'தாலி கட்டுற நேரம்! ஊர் காரியங்கள் எப்படி முடியப் போகுதோ!' அடைபட்டிருந்த அறைக்குள், புலம்பிக்கொண்டு தனியே கிடந்தார். ஒரு கெட்ட அச்சம், மனசுக்குள்ளே கிடந்து உறுத்துது. பொழுது இருட்டியதில் இருந்து கண்ணீர் ஓடக் கிளம்பிவிட்டது.

கைதிகள் எல்லோரும், அவரை விட வயதில் இளையவர்கள். தன் மனக் கவலைகளை எவரிடமும் பகிர்ந்து கொள்ளும் பழக்கமும் கிடையாது. வெள்ளையத்தேவனின் கவலை, எல்லா கைதிகளையும் தொற்றி கலங்க வைத்தது. 'அய்யா மகளுக்கு இன்னைக்கு கல்யாணம். தாயில்லாப் பிள்ளை. தாலிகட்டுக்கு தகப்பன் போக முடியலே!' என்கிற துயரம், ஜெயில் முழுவதும் பரவி இருந்தது.

ஜெயிலுக்கே இன்று விடுமுறைபோல், கைதிகள் யாரும் எந்த வேலையும் பார்க்கவில்லை. ஜெயிலரும் வார்டர்களும் பகல் முழுக்க வெள்ளையத்தேவன் உடன் அமர்ந்து ஆறுதலாய் பேச்சுக் கொடுத்துக்கொண்டேயிருந்தார்கள்.

எல்லோரும் தன்னைச் சுற்றி அமர்ந்து, தன் மகளைப் பற்றி பேசுவது, முருங்கை மரத்து அரிப்பூச்சி, உடம்பு முழுக்க ஊர்வதுபோல் 'ணமணம'த்தது.

வேலைநேரம் முடிந்ததும் வீட்டுக்கு கிளம்பிவிடும் வழக்கமுள்ளவர் ஜெயில் கண்காணிப்பாளர் சுகந்தன். இன்று இருட்டும்வரை வெள்ளையத்தேவனுடன் பேசிக்கொண்டிருந்தார்.

"தேவரே! நான், வடக்கே வெகுதூரம், வேலூர் மாவட்டத்துக்காரன். எத்தனையோ ஜெயிலை நிர்வாகம் பண்ணி வந்தவன். தெற்கே இந்த பாளையங்கோட்டை ஜெயிலுக்கு என்னை ட்ரான்ஸ்பர் பண்ணவும், என் மனைவி, பிள்ளைகளெல்லாம் பதறினார்கள்." கண்ணாடியை கழற்றினார்.

"நானும் கொஞ்சம் அச்சத்தோடுதான் இந்த ஜெயில் பொறுப்பை எடுத்தேன். ஆனா... நீங்க குற்றவாளிகள் நெறஞ்சிருக்கிற இந்த ஜெயிலை, குடும்பப் பாங்கான ஒரு வீடு ஆக்கி வச்சிருந்தீங்க!"

கைதிகள் எல்லாம் சுற்றி நின்றார்கள்.

"உங்க ஒரு பார்வை, ஒரு சொல்லு, எவ்வளவு மோசமான கிரிமினலையும் மண்டிபோட வைக்குது! மனம் திருந்த வைக்குது! ஜெயில் போலீஸார் கையி லத்தி கம்பை மறந்து வெகுநாளாச்சு!"

வெள்ளையத்தேவன், சுரணையற்று கேட்டுக்கொண்டிருந்தார்.

"உங்க நிலைமை... யாருக்கும் வரக்கூடாது. நான் நெனச்சிருந்தால், பொண்ணு கல்யாணத்துக்கு லீவு கொடுத்து அனுப்பியிருக்கலாம். இன்னும் நாலே... நாலு நாள்தான் தேவரே! நீங்க நிரந்தரமா... விடுதலையாகி போகப்போறீங்க..."

வெள்ளையத்தேவன், கண்காணிப்பாளரை நிமிர்ந்து பார்த்தார். "அதிகாரி சொல்லு... தலைக்கு மேலே! ஏம்மகன் ஒரு முன்

கோபக்காரன். நான் இல்லாமல் நடக்கிற கல்யாணத்திலே... ஊருச் சின்னப் பயலுக கூடி, ஏம்பொம்பளை மக்க பொழப்பை கெடுத்துருவான்ங்களோன்னுதான் அச்சப்படுறேன் அய்யா. வேற ஒன்னுமில்லே.” மறுபடியும் தலை கவிழ்ந்தார்.

கண்காணிப்பாளர் சுகந்தன், வெள்ளையத்தேவனின் தோளை பாந்தமாய் தொட்டார்.

“தேவரே! நீங்க ரெம்ப பெரிய மனுசன்! நான் உங்களுக்கு புத்தி சொல்றதா நெனச்சிறக்கூடாது. கோபம், குலத்தை அழிக்கும் என்பது, மனுச ஜென்மத்துக்கு ஒரு பாலபாடம்.” வெள்ளையத்தேவனின் தோளில் வைத்திருந்த கையை எடுத்தார்.

“பிரச்னைகளை பேசி தீர்க்க பாஷை இல்லாத மிருகங்களுக்கும் மனுச ஜென்மத்துக்கும் வித்தியாசம் வேணும். எதற்கெடுத்தாலும் ஆயுதத்தை தூக்குறதை பெருமையா நெனைக்கிற பல இனங்கள் அழிஞ்சு போச்சு.” எல்லோரையும் ஒரு சுற்று பார்த்தார்.

“மனுசப் பிறவிக்கு, மன சாந்தி வேணும். சாந்திதான், அறிவுக் கண்ணை திறக்கும். சாந்திதான்... இருட்டை விலக்கி, பாதை காண்பிக்கும்”

எதிரே நிற்கும் கைதிகளை கைகாட்டியவர், “இவங்களை எல்லாம் மனுசனாக்கி வச்சிருக்கிற சாந்த சொரூபி நீங்க. ஆனால், நீங்க... ஒரு கொலைக்கைதி. அரிவாள் தூக்கிற நேரம் உங்க சாந்தம் எங்கே போச்சு?” என்ற கண்காணிப்பாளர் சுகந்தன், ‘க்ளுக்’ என ஒரு சின்ன சிரிப்பு சிரித்தார்.

“மனுசன், கோபத்தை அடக்குறது... ஒரு தவம்; பயிற்சி. சுற்றியிருக்கிற சூழலுக்கு நம்மை ஒப்புக்கொடுத்துட்டு அழியக்கூடாது. தப்பான தடத்தை, திருப்பணும். அப்போதான்... நம்ம தலைமுறைகள் நல்லா இருக்கும்” என்றவர் எழுந்தார்.

வெள்ளையத்தேவன், கலங்கிய கண்களோடு கண்காணிப்பாளரை ஏறிட்டு பார்த்தார்.

“மன்னிச்சிருங்கதேவரே. நான் எந்த கைதிகிட்டேயும் இப்படி பேசினதில்லை. உங்களை நான் கைதியா பார்க்கலே. என்

அப்பாவா பார்க்கிறேன்." இரண்டு கைகளையும் குவித்து வெள்ளையத்தேவனை வணங்கிவிட்டு நடந்தார்.

அரியநாச்சி தாழ்வாரத்திலேயே நின்றாள். வள்ளி அத்தையும் பூவாயி கிழவியும் தாழ்வாரப் படியைவிட்டு இறங்கலே.

மாயழகி, மணப்பலகையில் கருப்பையாவுக்கு அருகில் கவிழ்ந்தபடி அமர்ந்திருந்தாள். கண்ணும் வாயும் மூடாமல் மாயழகியையே பார்த்துக்கொண்டிருந்தாள் அரியநாச்சி.

மாயழகிக்கு பின்னால் மதினி முறைக்கு, குமராயி நின்றாள். கருப்பையாவுக்கு மச்சினன் முறைக்கு, கள்ளராமன் நின்றான். கள்ளராமனின் கண், பந்தலுக்குள் சோலையை தேடிக் கொண்டிருந்தது.

மாங்கல்யத் தட்டு, சபை சுற்றி வந்தது. பெரிய மனுசங்களும் வாழ்வரசிகளும் ஆசீர்வதித்து தொட்டுக்கொடுத்தார்கள். அரியநாச்சி தொட்டுகொடுத்தாள். வாழ்வரசியும் அல்லாத, கைம்பெண்ணும் அல்லாத வள்ளி அத்தை, தொட்டுக் கொடுக்காமல் ஒதுங்கிகொண்டாள்.

வெளியே இடி மின்னலோடு மழை ஊற்றிக்கொண்டிருந்தது.

பந்தலுக்குள் இருக்கும் பாதிபேருக்கு அரை தூக்கம்.

கோவிந்தத்தேவர், நின்றவாக்கில் எல்லா காரியங்களையும் ஏவிக்கொண்டிருந்தார்.

"ஏம்மா... மாங்கல்யத்தை தொட்டு வாங்கினது போதும். கொண்டு வாங்கம்மா. நேரமாகுது."

சுற்றிவந்த மாங்கல்ய தட்டு, கோவிந்ததேவர் முன்வந்து நின்றது.

"ஏம்மா... மாப்பிள்ளைக்காரி யாரும்மா?"

கூட்டத்துக்குள் இருந்த ஒரு பெண், "நான்தான்," நெளிந்தபடி எழுந்தாள்.

“உங்க அண்ணன் மலையாண்டி மகன் கருப்பையாவுக்கு நடக்கிற இந்த கல்யாணத்திலே... உனக்கு சம்மதம்தானே?”

“சம்மதம்தான்” இழுத்துப் போர்த்தினாள்.

கோவிந்ததேவர், சக்கரை பக்கம் திரும்பினார்.

“சக்கரை எந்திரிப்பா.”

சக்கரை எழுந்து நின்றான்.

“உன் கையாலே தாலியை எடுத்து குடு.”

“அம்மான்... நான் எதுக்கு? நீங்க பெரிய மனுசன் இருக்கீங்க. உங்க கையாலே எடுத்துக் கொடுங்கம்மான்.”

“நீ இந்த வீட்டு மூத்த மாப்பிள்ளை. அண்ணன் வெள்ளையத்தேவன் இல்லாத வீட்டுக்கு நீதான் பெரிய மனுசன். எடுத்துக் குடுப்பா”

அருகில் பாண்டியும் நின்றான். அரியநாச்சி, தாழ்வாரத்தில் இருந்தே பார்த்துக்கொண்டிருந்தாள்.

“எனக்கு எல்லாமே... என் சம்சாரம் அரியநாச்சிதான்” என்றவன், அரியநாச்சி பக்கம் திரும்பி, “அரியநாச்சி! வாம்மா... வந்து தாலியை எடுத்துக் குடு” என்றழைத்தான்.

அத்தனை சனமும் அரியநாச்சியை பார்த்தது. பாண்டியும் பார்த்தான். மாயழகி, கவிழ்ந்தவாக்கில், தலை அசையாமல், அரியநாச்சி பக்கத்து தரையில் கண் ஓட்டினாள்.

வள்ளி அத்தையும் பூவாயி கிழவியும், “போத்தா... போய் தாலி எடுத்துக் குடு” என அரியநாச்சியின் தோள் தொட்டார்கள்.

முன்னே கூடியிருந்த பெண்கள், அரியநாச்சிக்கு வழி ஒதுக்கி நின்றார்கள்.

பெரு வயிற்றோடு தாழ்வாரப் படியிறங்கி வந்தாள் அரியநாச்சி.

பாண்டிக்கு கண் கலங்கியது.

19

'ஆத்தாடீ... இவன் யார்றா..!'

கொட்டுகிற மழைக்கு, கல்யாண வீட்டு தென்னந்தட்டிப் பந்தல், பொத்தல்போட்டு ஒழுகி கொண்டிருந்தது.

கூடி நிற்கும் சனத்துக்கு குளிரு நடுக்குது. தின்ன சோத்துக்கு தூக்கம் கண்ணை சுழட்டுது. உள்ளூருக்குள்ளே உறவுமுறை கல்யாணத்திலே நின்னு ஆகணுமே?

“போத்தா... போய் தாலி எடுத்துக் குடு” என அரியநாச்சியை மணப்பலகை நோக்கி அனுப்பிவிட்டு, வள்ளி அத்தையும் பூவாயி கிழவியும் தாழ்வாரத்திலேயே நின்றுகொண்டார்கள். திருப்பூட்டுகிற மணவறையில் வாழ்வரசிகள் மட்டுமே நிற்க வேண்டும் என்பது ஓர் ஐதீகம்.

பந்தல் கண்கள் எல்லாம் அரியநாச்சி மேல் பதிந்திருக்க, வலது கையால் அடிவயிறு தாங்கி நடந்துவந்தாள்.

அக்காவின் பாதம் பார்க்க, அடிகூடி... தரையில் கண் பதித்திருந்தாள் மாயழகி.

அரியநாச்சியை கண்கொண்டு பார்க்க மனம் கூசி, திசைப் பக்கம் திரும்பாமல் நின்றான் பாண்டி.

நடந்துவரும் அரியநாச்சி பற்ற, கை நீட்டினாள் குமராயி. தவிர்த்து, இடதுகைவாக்கில் நிற்கும் வேறொருத்தியின் தோள்களை பற்றி மாயழகிக்கு அருகில் வந்து நின்றாள் அரியநாச்சி.

எதிரே நின்ற கோவிந்ததேவர், "அரியநாச்சி... இப்பிடி முன்னாடி வாத்தா" என அழைத்தார்.

மாயழகியை உரசிக்கொண்டு வலது ஓரம் நகர்ந்து நின்றாள். அரியநாச்சியின் அடி வயிறு, மாயழகியின் வலது தோளை உரசியது.

கவிழ்ந்தவாக்கில் அரியநாச்சியின் கால் விரல்களையே பார்த்துக்கொண்டிருந்த மாயழகியின் கண்களில் நீர் கோர்த்தது.

அக்காவின் முகம் பார்க்க தெம்பு இல்லாத பாண்டி, அரைக்கண் கோதி, தோள் பார்த்தான்.

இத்தனை கூட்டத்தில் கல்யாண மாப்பிள்ளை கருப்பையா மட்டும் எதிலும் நிலை கொள்ளாமல், மலங்க மலங்க விழித்துக்கொண்டிருந்தான். கருப்பையாவுக்கு பின்னால் நின்ற கள்ளராமனின் கண்கள், பந்தலுக்குள் சோலையை அலசிக்கொண்டிருந்தன.

"தாலியை எடுத்து, மாப்பிள்ளை கையிலே குடுத்தா" கையிலிருந்த மாங்கல்யத் தட்டை அரியநாச்சிக்கு முன் நீட்டினார் கோவிந்ததேவர்.

கோவிந்ததேவருக்கு அருகில் நின்ற தன் புருசன் சக்கரைதேவனை அரியநாச்சி பார்த்தாள்.

"ம்... உன் கையாலே தாலியை எடுத்துக்குடும்மா" என்றான். சொல்லியும், புருசன் முகத்தையே பார்த்துக்கொண்டு நின்றாள்.

சனமெல்லாம் அரியநாச்சியையே பார்த்தது.

"அரியநாச்சி... எடுத்துக்குடு" சிரித்துக்கொண்டே சொன்னான் சக்கரைத்தேவன்.

இரண்டு கைகளாலும் தாலியை எடுத்து, நெஞ்சுக்குள் வைத்து, கண்மூடி பிரார்த்தித்தாள். ஜெயிலில் கிடக்கிற அப்பனும் செத்துப்போன ஆத்தாவும் மனசுக்குள் இருந்தார்கள்.

தாழ்வாரத்தில் நிற்கும் வள்ளி அத்தை, இறங்கிய கண்ணீரை துடைத்துக்கொண்டாள்.

பாண்டிக்கு நெஞ்சுமுட்டி, கண் கலங்கியது.

உச்சந்தலையில் விழுகிற இடி. கண்ணைப் பறிக்கிற மின்னல். வானுக்கும் பூமிக்கும் இடையில் கடலாய் கொட்டுகிற மழை.

இடியும் மின்னலும் இடித்து வெட்ட, ஊற்றிக் கொண்டிருந்த மழைக்குள் நடந்தான் சோலை. கடைக்குள் இருந்து, வாய் பிளந்து பார்த்துக்கொண்டிருந்தான் லோட்டா.

வேப்பங்குளம் சாராயத்துக்கு, ஊற்றுகிற மழை சுனைக்கலே. கல்யாணத்துக்காக கட்டி வந்த வேட்டி, சட்டை 'தெப்புதெப்பு'ன்னு நனையுது.

"அழகியை... விட்டுட்டேனே! விட்டுட்டேனே" உடல் சூடு குறையலே.

மழை நீரில் 'தருக்' 'புருக்'என மிதிபோட்டு தெருவோடு நடந்தான்.

கூரை வீட்டுத் தாழ்வாரத்தில் மழைக்கு ஒதுங்கிச் சுருண்டு படுத்திருந்தது ஒரு நாய். மழை இருட்டில் ஒற்றை ஆளாய் நடந்து வரும் சோலையை பார்த்து, படுத்தவாக்கில் தலை தூக்கி மிரட்டி உறுமியது.

நின்றான் சோலை. நாய், உறுமலை நிறுத்திவிட்டு, சோலையை உற்றுப் பார்த்தது. ரெண்டு எட்டு முன்னே வைத்தான். பெருங்குரலெடுத்து ஊளையிட்டது.

நாயை நோக்கி நடந்தான். சுருண்டிருந்த நாய், கால் பரப்பி, கழுத்தை தூக்கி குரைத்தது.

தெருத் தண்ணீர் சிதறி தெறிக்க அகண்ட எட்டுப்போட்டு நெருங்கி வந்தவனைக் கண்டதும் எழுந்து நின்று வலுக்க குரைத்தது. நாயின் பின்னத்திங்காலில் ஒன்றை வலது கையால் பிடித்து, தலையைச் சுற்றி, தரையில் ஒரே அடி. 'வீச்' என ஒற்றைக் குரலோடு மழைத் தண்ணீரில் வாய் பிளந்தது நாய்.

கடைக்குள் இருந்து பார்த்துக்கொண்டிருந்த லோட்டா, "ஆத்தாடீ... இவன் யார்றா... மிருகச்சாதிப் பயலா இருக்கான்! ஊருவிட்டு ஊருவந்த எடத்திலே வம்பை இழுக்குறானே! இவனை குறிவச்சு நம்ம இளவட்டங்க பேசுனது சரிதானோ!" கேட்க ஆளில்லாமல்தானே பேசினான்.

மாங்கல்யத்தை உள்ளங்கையில் பொத்தி, நெஞ்சுக்குள் வைத்து வேண்டிக்கொண்டிருந்த அரியநாச்சி, நின்றவாக்கில் மெள்ள தடுமாறினாள். அடிவயிறை எக்கி பிடித்து கத்தினாள்.

"ஆவ்வ்...!"

எல்லோர் கண்ணிலும் நின்ற நிறைசூழி அரியநாச்சி, தலை சுற்ற அலறுவதைக் கண்டதும் சனம் பதறியது.

"அரியநாச்சிக்கு என்னாச்சு!"

இடது கையால் மாயழகியின் தோளை பிடித்து இறுக்கினாள்.

"எக்கா... என்னக்கா? ஏன்க்கா!" அரியநாச்சியின் இடுப்பில் கை போட்டாள் மாயழகி.

"அரியநாச்சி... ஏம்மா... என்ன?" சக்கரைத்தேவன் தோள்பிடித்து தாங்கினான்.

கண்களை இறுக மூடிக்கொண்டு, பற்களை 'நறநற'வென கடித்து அலறினாள். "ஆ... ஆ... ஆவ்வ்!"

பந்தல் சனமெல்லாம் எழுந்து நின்றது. கல்யாண மாப்பிள்ளை கருப்பையாவும் எழுந்து நின்றான்.

பாண்டி பதறினான். "எக்கா!"

வீட்டுத் தாழ்வாரத்தை பார்த்து கோவிந்ததேவர் கத்தினார். "ஏம்மா... வள்ளி! இங்கே ஓடியாம்மா... என்னன்னு பாரும்மா."

தாழ்வாரத்தில் நின்ற வள்ளி அத்தையும் பூவாயி கிழவியும் கூட்டத்தை விலக்கி ஓடி வந்தார்கள்.

மாயழகியின் இரண்டு தோள்களையும் இறுக்கிபிடித்துக்கொண்டு, அடிவயிற்றோடு திணறி அலறினாள் அரியநாச்சி.

சக்கரைத்தேவன் பதறிப் போனான். "எம்மா... அரியநாச்சி! அரியநாச்சி!"

ஓடிவந்த வள்ளி அத்தையும் பூவாயி கிழவியும் இருபுறமும் தாங்கிபிடித்தார்கள். பெண்கள் எல்லாம் ஒத்தாசைக்கு வந்தார்கள்.

கோவிந்ததேவருக்கு புரிஞ்சுபோச்சு. "வீட்டுக்குள்ளே கூட்டிட்டு போங்கம்மா".

"விலகு... விலகு... விலகுங்கடீ..." அரியநாச்சியை கைத்தாங்கலாய் நகர்த்திக்கொண்டு தாழ்வாரம் தாண்டினார்கள்.

மாங்கல்யம், அரியநாச்சியின் இறுகிய வலதுகை விரல்களுக்கு உள்ளேயே சிக்கியிருந்தது.

பாளையங்கோட்டை ஜெயிலுக்குள்ளும் பெருங்காற்றோடு மழை ஊற்றிக்கொண்டிருந்தது.

ஜெயில் விளக்குகள், அணையா விளக்குகள். காட்டிக் கொடுக்கிற வெளிச்சம், ஜெயிலுக்குள்ளே இரவும் பகலும் இருந்தாகணும்.

வெள்ளையத்தேவனை தவிர எல்லா கைதிகளும் உறங்கிப் போனார்கள். இடது பக்கம், வலது பக்கம், குப்புற, மல்லாக்க, குறுக்கி, நீட்டி எல்லா வகையிலும் படுத்துப்பார்த்தார். ம்ஹூம். தூக்கம் வரக் காணோம். உழன்று கொண்டிருந்தார்.

'என்ன நடந்துச்சோ... தெரியலையே!'

தானே புலம்பினார். 'ஜெயில் அதிகாரி சொன்னது சரிதானே? நம்ம கோபந்தான்... குலத்தை அழிச்சிருக்கு. எதுக்கெடுத்தாலும் கோபம். புத்திக்கு மடங்காத அவசரம். அறிவை தூக்கி தூர போட்டுட்டு, அருவாளை தூக்குறவன் கதி எல்லாம் இதுதான்.' வழிந்து ஓடும் கண்ணீரை துடைத்துக்கொண்டார்.

'நல்லவன்... வல்லவன்னு நம்ம மூஞ்சிக்கு நேரா பேசுற எவனும் நம்மளை பத்து பைசாவுக்கு மதிக்கமாட்டான்... நம்ப மாட்டான். வஞ்சகமும் சூதும் சுயநலமும் நெறஞ்ச ஊருக்காரன்ங்க, நம்ம முதுகிலே... சாணி எறிவான்ங்க. வெட்டி வீரம் பேசிக்கிட்டு திரியிற இந்த முட்டாப்பயலுக, சாணியை சந்தனம்ன்னு நெனைச்சுக்கிறான்'.

புரண்டு படுத்தார். 'இந்த ஞானோதயம்... இப்போ வந்து என்ன செய்ய? புத்தியை கடன் குடுத்திட்டோமே!' மறுபுறம் புரண்டு படுத்தார்.

மழைச் சத்தத்தையும் மீறி யாரோ ஓடிவரும் சத்தம் கேட்டது. எவர் என பார்க்க மனசில்லை. அப்படியே படுத்திருந்தார்.

ஓடி வந்த வார்டர், வெள்ளையத்தேவன் அறைக் கதவோரமே வந்து நின்றார்.

"தேவரே! தேவரே!" மூச்சிரைத்தார்.

வெள்ளையத்தேவன் படுத்தவாக்கில் திரும்பி பார்த்தார்.

"ஓங்க மனசுப்படியே நடந்து போச்சுதேவரே!"

வெள்ளையத்தேவன் எழுந்து உட்கார்ந்தார். "என்ன அய்யா சொல்றீக?"

"தேவரே! மேலாவுலே இருந்து இப்போதான் தகவல் வந்துச்சு!"

வெள்ளையத்தேவன் புரியாமல் விழித்தார்.

"நாளை உங்களுக்கு விடுதலைதேவரே! உத்தரவு வந்துருச்சு! காலையிலே நீங்க கிளம்ப வேண்டியதுதான்!"

வயசுக்கு மீறிய வேகத்தோடு எழுந்தார் வெள்ளையத்தேவன்.

"வாடரே! நெசந்தானா... வாடரே?"

"ஆமாம் தேவரே! இப்போ தான் டெலிகிராம் வந்துச்சு. வந்ததும் ஒங்ககிட்டேதான் ஓடி வர்றேன். இன்னும் ஜெயிலருக்கே தெரியாது."

வெள்ளையத்தேவன், இரண்டு கை குவித்து கும்பிட்டார். "எல்லாம்... அதிகாரிக... நீங்க போட்ட பிச்சைதான் அய்யா!" கம்பிக்குள் கை நுழைத்து வார்டரின் கைகளை பற்றி, தன் ஈரக் கண்களில் ஒற்றிக்கொண்டார்.

"காலையிலே போயிறலாமா அய்யா?"

"காலையிலே அதிகாரிகள் வரவும் நடைமுறை என்னவோ... அதை முடிச்சிட்டு நீங்க கிளம்ப வேண்டியதுதான் தேவரே."

வார்டரின் கையில் உதடு குவித்து முத்தமிட்டார்.

“அண்ணேன்... கடைகார அண்ணேன்!”

லோட்டா கடை வாசலிலேயே திரும்ப வந்து நின்றான் சோலை.

லோட்டா முழித்தான். ‘ஐய்யய்யோ... வேலியிலே போற ஓணான், வேட்டிக்குள்ளே வந்து நுழையுதே!’

“அண்ணேன்!”

“சொல்லுங்க தம்பி”

“என்ன சொன்னீங்க? உங்க ஊரு எளவட்டங்க... என்னைபத்தி என்ன பேசுனான்ங்க?” மழையில் நின்றபடியே பேசினான் சோலை.

“அட விடுங்க தம்பி. அது ஒன்னுமில்லே.”

“எது ஒன்னுமில்லே? இந்த ஊரு எளவட்டங்க எல்லாம் கூடி, இன்னொரு ஊரு இளவட்டத்தை பத்தி பேசுறான்ங்கன்னா... அப்பிடி என்ன பேசுனான்ங்க?”

“தப்பா ஒன்னும் பேசலே தம்பி.”

“இல்லை. நீங்க மறைக்கிறீங்க. அந்த சண்டியர்கள் எல்லாம் கல்யாண வீட்டிலேதானே இருக்கான்ங்க? இந்தா நான் போறேன். என்னைப்பத்தி என்னடா பேசுனீங்கன்னு நானே போய் கேக்குறேன்.”

கல்யாண வீட்டை நோக்கி மழையோடு நடந்தான் சோலை.

லோட்டாவுக்கு போதை போன போக்கு தெரியலெ.

“அரியநாச்சிக்கு... ஆம்பளைப் பிள்ளை பெறந்திருக்கு!”

வீட்டுக்குள்ளிருந்து தாழ்வாரத்துக்கு வந்த உள்ளூர் கிழவி ஒருத்தி, பந்தலை பார்த்து சந்தோசமாய் கூவினாள்.

●

20
விடுதலையாகி...

அரியநாச்சியை வீட்டுக்குள் அனுப்பிவிட்டு உறைந்து போயிருந்த கல்யாணக் கூட்டத்துக்குள், "அரியநாச்சிக்கு ஆம்பளை பிள்ளை பெறந்து இருக்கு!" என்கிற சத்தம் வந்து விழுந்ததும் சலசலப்பு உண்டானது.

'என்னமோ! ஏதோ!' என பதறிப் போய் நின்ற சக்கரைத்தேவன் முகத்தில் நிம்மதியும் சந்தோசமும் மிதந்தன.

சக்கரைத்தேவனின் கைகளைப் பிடித்துக் கொண்டார் கோவிந்ததேவர். "கல்யாணத்துக்கு வந்த இடத்திலே... ரெட்டைச் சந்தோசம்ப்பா சக்கரை!"

"ஆமா... ம்மான். வந்த இடத்திலே இப்பிடி ஆகும்னு நான் நெனைக்கலே!"

"எல்லாம் பொருத்தமா நடந்திருக்குப்பா! அரியநாச்சிக்கு இது தலைப் பிரசவம். தலைப் பிரசவம்... தாயார் வீட்டுலெதானே நடக்கணும்? அது நடந்திருக்கு!" சக்கரைத்தேவனிடம் சொல்லி சிரித்த கோவிந்ததேவர், பாண்டியின் பக்கம் திரும்பினார்.

"ஏப்பா... பாண்டி! உனக்கு மருமகன் பெறந்திருக்கான். தாய்மாமனுக்கு தம்பிடி காசு செலவு வைக்கலே. சந்தோசந்தானே?"

"செலவு கெடக்கட்டும் சித்தப்பூ" என்ற பாண்டியின் தொண்டை இறுகியது. "எங்காத்தா... அப்பன் இல்லாத வீட்டிலே நடக்கிற எல்லா காரியங்களும்... அடுத்த நிமிசம் என்ன நடக்குமோங்கிற பயத்திலேயே... உச்சந்தலையிலே அறைஞ்ச மாதிரி, திடுதிப்புன்னு தான் நடக்குது! வெள்ளையத்தேவன் பிள்ளைக வாங்கி வந்த விதியை நெனச்சாதான்" தொண்டை உடைந்து அழுதான்.

பாண்டியின் வலது தோளில் கோவிந்தத்தேவரும் இடது தோளில் சக்கரைத்தேவனும் தட்டி, "சரி... சரி... விடு. புத்திசாலித்தனத்தாலேதான் எல்லாத்தையும் ஜெயிக்கணும்" ஆறுதல் சொன்னார்கள்.

மணக்கோலத்தில் அழுது கொண்டிருந்த மாயழகி, அண்ணனையும் அக்கா புருசனையும் பார்த்தாள். வீட்டுத் தலை வாசலை பார்த்தாள். பாதிப் பெண்கள் வீட்டுக்குள்ளிருந்தார்கள். பிறந்த குழந்தையின் அழுகுரல் சின்னதாய் கேட்டது.

மாயழகி எழுந்து, கூட்டத்தை விலக்கி வாசலுக்கு ஓடினாள். பந்தலுக்குள் மிஞ்சியிருந்த சனமெல்லாம் மாயழகியை பார்த்தது. கோவிந்தத்தேவர் பதறினார். "ஏம்மா... மாயழகி!" என்பதற்குள் வீட்டுக்குள் நுழைந்துவிட்டாள்.

"மணவறையிலே உக்காந்த பொண்ணு, கழுத்திலே தாலி ஏறாமல் எந்திருச்சு போறது... நல்ல சகுனமா படலையே!" கோவிந்தத்தேவர் புலம்பியது, சக்கரைக்கு உறுத்தியது.

மழை கொட்டுது.

மாப்பிள்ளை கருப்பையா பொம்மையாய் அமர்ந்திருந்தான். போதை இளவட்டங்கள், எதிலும் நாட்டமில்லாமல், உட்கார்ந்தவாக்கில் உறங்கிக்கொண்டிருந்தார்கள்.

"முகூர்த்த நேரம் தப்ப போகுது." கோவிந்ததேவர் முணுமுணுத்தார். பேசப் பதிலின்றி, தலை வாசலையே பார்த்துக்கொண்டிருந்தான் சக்கரைத்தேவன்.

"ஏம்மா... வள்ளியை கொஞ்சம் கூப்பிடுங்கம்மா..." கோவிந்ததேவர் பொதுப்படையாக சொன்னார். யாரும் காதில் வாங்கவில்லை. குமராயி தலை தெரிந்தது. "ஏம்மா... குமராயி.... வள்ளியை கூப்பிடு"

குமராயி உள்ளே போய், வள்ளி வெளியே வந்தாள். தலை தெரியவும் சக்கரைத்தேவன் முந்திக்கொண்டு கேட்டான். "தாயும் பிள்ளையும் நல்லா இருக்காகளா... சின்னத்தா?"

"நல்லா இருக்காகப்பே"

"அரியநாச்சி தெம்பா இருக்குதா?" மறுபடியும் கேட்டான்.

"அதெல்லாம் கெதியா இருக்கிறாள்."

"ஏம்மா... வள்ளி! நல்ல நேரம் தப்ப போகுது. குழந்தை பெறந்த சந்தோசத்தோட.... தாலியை கட்டீருவோம்."

"கட்டீற வேண்டியதுதானே?"

"பொண்ணுப்பிள்ளை மாயழகி... வீட்டுக்குள்ளே இருக்குது! கட்டப்போற தாலி... அரியநாச்சி கையிலே இருக்குது!"

"எதூ! தாலி... அரியநாச்சி கையிலே இருந்துச்சா?" என்றபடி உள்ளே போனாள். வள்ளி அத்தையை தொடர்ந்து பாண்டி, வாசல்வரை போனான். கையில் தாலியுடன் வாசலுக்கு வந்த வள்ளி அத்தை, பாண்டியின் கையில் தந்தாள்.

கவனித்த கோவிந்ததேவர், "ஏம்மா... வள்ளி! தாலியை மட்டும் கொண்டு வர்றியே! பொண்ணை எங்கேம்மா?" சத்தம் போட்டார்.

"இந்தா... வரச் சொல்றேன்" மறுபடியும் வீட்டுக்குள் போனாள்.

நடுப்பத்தி நிறைய பெண்கள் கூடி இருந்தனர். உள் அறைக்குள் பிள்ளையை பெத்துப்போட்ட அரியநாச்சி, அயர்ந்து படுத்திருந்தாள். வலது கைவாக்கில், பிறந்த சிசு கிடந்தான். பூவாயி கிழவி சுத்தம் பண்ணிக்கொண்டிருந்தாள். அரியநாச்சியின் ஓரம், குத்துக்கால் வைத்து அமர்ந்திருந்த மாயழகி, அக்காவையும் குழந்தையையும் மாறி மாறி பார்த்துக்கொண்டிருந்தாள்.

"மாயழகி! தாலி கட்டுக்கு நேரமாகுது. வா."

மாயழகி, அரியநாச்சியையே பார்த்துக்கொண்டிருந்தாள். அரியநாச்சி கண் திறந்தாள். மாயழகியின் கையை பிடித்தாள். "போ" என்றாள்.

மாயழகியின் தோள்களை தொட்டு, வள்ளி அத்தை தூக்கினாள். நடுப்பத்திப் பெண்கள், வழிவிட்டு ஒதுங்கி நின்றார்கள்.

“பொம்பளைக எல்லாம் வாங்கடீ... தாலியை கட்டீருவோம்.”

வாசல்வரை மாயழகியை நகர்த்தி கூட்டிப்போன வள்ளி அத்தை, “அடியே... குமராயி! இந்தா... கூட்டிட்டுப்போ” என, கை மாற்றினாள்.

மழையோடு பந்தல் வாசலில் வந்துநின்றான் சோலை. அண்ணன் சக்கரையோடு சேர்ந்து எல்லோரும் நின்றிருந்தார்கள். மணப்பலகையில் மாப்பிள்ளை கருப்பையா மட்டும் அமர்ந்திருந்தான். பொண்ணை காணோம். ஒன்னும் விளங்கலெ. கண்களை மூடி மூடி திறந்தான்.

வீட்டுக்குள்ளிருந்து, மாயழகியை குமராயி அழைத்து வந்து கொண்டிருந்தாள். மாயழகியை வைத்த கண் வாங்காமல் பார்த்தான். பந்தலுக்குள் நுழையாமல் மழையில் நனைந்துகொண்டே நின்றான்.

கருப்பையாவின் பக்கத்தில் மாயழகியை அமர்த்தினாள் குமராயி. கோவிந்தத்தேவர், தாலியை சக்கரையின் கையில் கொடுத்தார். “சக்கரை... உன் கையாலே தாலியை குடுத்து கட்டச் சொல்லுப்பா” என்றவர், “ஏய்... மேளகாரா... வாசிடா” என்றார். மேளகாரன் வாசித்தான்.

“குடிமகனை எங்கே?”

“அய்யா.. நான் இந்தா... இருக்கேன்” குடிமகன் சங்கு ஊதினான்.

“பொம்பளைக... குலவை போடுங்கம்மா” பெண்கள் குலவை இட்டார்கள்.

சக்கரை, தாலியை கருப்பையாவின் கையில் கொடுத்தான்.

இளவட்டங்கள் கை தட்டினார்கள்.

கருப்பையா தாலி கட்டினான்.

மழையில் நனையும் சோலை, கண்களை இறுக மூடி, அசையாமல் நின்றான்.

கோவிந்தத்தேவர் ஏவிக்கொண்டிருந்தார்.

"பொண்ணும் மாப்பிள்ளையும் மாலையை மாத்திங்கங்க..."

இருவர் கழுத்திலும் கிடந்த துணை மாலைகள், மாறி மாறி, மூணுதடவைகள் மாறின.

"பொண்ணும் மாப்பிள்ளையும் மூணுதடவை சுத்தி வாங்க."

பொண்ணும் மாப்பிள்ளையும் எழுந்து, வலது கை சுண்டுவிரல்களை பின்னிக்கொண்டார்கள். மாயழகிக்கு முன்னால் குமராயியும் கருப்பையாவுக்கு பின்னால் கள்ளராமனும் மணப்பலகையை சுற்றி வந்தார்கள்.

மழையில் நனையும் சோலை, கருப்பையாவையே பார்த்துக்கொண்டிருந்தான்.

கோவிந்ததேவர், வாசலை பார்த்து சத்தம் போட்டார். "ஏம்மா... வள்ளி! உள்ளே பாலு பழம் ரெடி பண்ணி இருக்கீகளா?"

"ரெடியா... இருக்குண்ணேன்."

"ஏம்மா... குமராயி! பாலு, பழம் சாப்பிட, பொண்ணு மாப்பிள்ளையை உள்ளே கூட்டிட்டு போ"

போதைக்கார மச்சினன் முறைகார இளவட்டங்கள் உள்ளங்கைகளை தேய்த்துக்கொண்டு எழுந்தார்கள். நலுங்கடி அடிக்கணும்லே?

முன்னே குமராயி நடக்க, மாயழகியும் கருப்பையாவும் தொடர்ந்தார்கள்.

மைத்துனன்மார், கருப்பையாவை நெருக்கி போனார்கள். "நலுங்கடி அடிக்கிற மச்சினன்மாரு... கொஞ்சம் இதம் பதமா... பாத்து அடிங்கப்பா. அடிச்சு ஆளை விழுத்தாட்டூறாதீக." கோவிந்ததேவர் சிரித்துக்கொண்டே சொன்னார். சிரிப்பில் சந்தோசம் தெறித்தது. எந்த பிரச்னையும் இல்லாமல் கல்யாணத்தை முடிச்சுவச்ச சந்தோசம். சக்கரைத்தேவனின் கைகளைப் பற்றினார். "நீ வந்து, முன்னே நின்னு இந்தக் கல்யாணத்தை நடத்தி வச்சதிலே... ரெம்ப சந்தோசம்ப்பா."

பாண்டியின் பக்கம் திரும்பினார். "ஏலே... பாண்டி! சக்கரைமாதிரி உனக்கு ஒரு மச்சினன் கெடைக்கிறதுக்கு... நீ ஏழேழு ஜென்மத்துக்கும் குடுத்து வச்சிருக்கணும்! இனிமேலாவது மனுச மக்களை அனுசரிச்சுபோக பழகிக்கோ"

பாண்டி தலைகவிழ்ந்தான்.

பொண்ணும் மாப்பிள்ளையும் தலை வாசலை நெருங்கி இருந்தார்கள். நலுங்கடி அடிக்கப் போற மச்சினன்மார், தலை வாசலை நெருக்கி நின்றார்கள். குமராயியும் மாயழகியும் வாசலில் நுழைய, மாப்பிள்ளை கருப்பையாவும் நுழையப் போனான்.

பிடரியில் முதல் அடி விழுந்தது. கருப்பையா சிரித்துக்கொண்டே வாங்கினான். வரிசையாய் மைத்துனன்மார்களின் அடி விழுந்தது. எல்லா அடிகளையும் கருப்பையா சிரித்துக்கொண்டே வாங்கினான். ஊடே... ஒரு குத்து, வலுவாய் விழுந்தது. அதையும் சிரித்துக்கொண்டே வாங்கினான். மறு குத்து, இன்னும் வலுவாய் விழுந்தது. மூன்றாவது குத்துக்கு பிடரியை கொடுக்காமல் திரும்பி பார்த்தான்.

சாராய நாற்றமடிக்க, தலை முதல் உடம்பெல்லாம் ஈரம் சொட்ட, மூன்றாவது குத்துக்கு கை ஓங்கினான் சோலை.

கூட்டத்துக்குள் இருந்து பாய்ந்து வந்தான் பாண்டி.

"பங்காளியை அடிக்கிறியேடா... முறைகெட்ட நாயே!" சோலையின் பிடரியில் ஓங்கி அறைந்தான்.

தாழ்வாரக் கூட்டம் சிதறியது. சக்கரை அலறியடித்து ஓடி வந்தான். உள் வீட்டுப் பெண்கள் எல்லாம் தலை வாசலுக்கு ஓடி வந்தார்கள்.

பாண்டியின் நெஞ்சில் முட்டி, தூக்கிக்கொண்டு போய், இடுப்பொடிய சுவற்றில் சாத்தினான் சோலை. "கூடப் பெறந்தவளை கூட்டிக்கொடுத்த அவத்தப் பயலே!"

மாயழகி, மலங்க மலங்க விழித்தாள். "கூட்டிக் குடுத்தாகளா!"

வீட்டுக்குள் ஓடினான் கருப்பையா.

பாண்டியும் சோலையும் மல்லுக்கட்டி உருண்டார்கள்.

வள்ளி அத்தை, பூவாயி கிழவியோடு சேர்ந்து பொம்பளைகள் எல்லாம், “ஆத்தாடீ... வினையை இழுத்துட்டான்ங்களே!” தலையிலும் நெஞ்சிலும் அடித்துக்கொண்டு கத்தினார்கள்.

கலவரச் சத்தம் கேட்டு, அரியநாச்சி எழுந்து உட்கார்ந்தாள்.

கோவிந்தத்தேவர், தலையில் இடி விழுந்ததுபோல், அரண்டுபோய் நின்றார். “கூட்டை கலைச்சிட்டான்ங்களே!”

ஓடிவந்த சக்கரை, சோலையையும் பாண்டியையும் அடித்து விலக்கினான். விலகியவர்கள் மறுபடியும் பாய்ந்தார்கள். வள்ளி அத்தையும் சக்கரையும் ஆளுக்கொருவனை பிடித்து இழுத்தார்கள்.

உள் வீட்டுக்குள்ளிருந்து, வாளோடு ஓடிவந்த கருப்பையா, சோலையை குறி வைத்து வெட்டினான். குறி தப்பி, சக்கரையின் கழுத்தில் விழுந்தது.

“ஆத்தாடீ... ஏம்பிள்ளையை கொன்னுட்டான்ங்களே!” வள்ளி கத்தினாள்.

அரியநாச்சி, தலை வாசலுக்கு வந்தாள். அரியநாச்சியை கட்டிப் பிடித்துக்கொண்டு மாயழகி கத்தினாள். “எக்கா! எக்கா!”

தாழ்வார ஓட்டு இடைவாரத்தில் செருகியிருந்த அரிவாளை எடுத்த பாண்டி, “ஏந்தங்கச்சியை கூட்டிக் குடுத்தேனா!” சோலையின் நெஞ்சில் இறக்கினான்.

பிணமான சக்கரையும் சோலையும் தாழ்வாரத் திண்ணை ரத்தத்தில் கிடந்தார்கள். கண்கள் நிலைகுத்த நின்ற பாண்டியின் அரிவாளும் கருப்பையாவின் வாளும் கை நழுவி கீழே விழுந்தன.

ஓடிவந்த அரியநாச்சி, வாளை எடுத்தாள். அருகே நின்ற வள்ளி அத்தை, அரிவாளை எடுத்தாள்.

“என்னை நம்பி வந்த என் பட்டத்துயானையை சாய்ச்சிட்டீங்களேடா!” கருப்பையாவின் நெஞ்சை வாளால் பிளந்தாள் அரியநாச்சி.

"வெள்ளாங்குளத்து வம்சம்... வேரறுந்து போச்சே!" பாண்டியின் கழுத்தோடு அரிவாளை வீசினாள் வள்ளி அத்தை.

நான்கு பிணங்களும் ஒன்றாய் கிடந்தன.

உள் வீட்டுக்குள் உருண்டாள் மாயழகி.

பிறந்த குழந்தை, தனியே கிடந்து கத்திக்கொண்டிருந்தது.

தன் ரெண்டு பெண் மக்களும் தாலி அறுத்த சேதி தெரியாத வெள்ளையத்தேவன், விடுதலையாகி, வீடு நோக்கி வந்துகொண்டிருந்தார்.

●